நல்லதாக நாலு வார்த்தை

மனிதர்களைப் புரிந்துகொள்ள, வாழ்க்கையை வெற்றிகொள்ள

சோம. வள்ளியப்பன்

பங்குச்சந்தை வர்த்தகம், உணர்வு மேலாண்மை, சுயமுன்னேற்றம், நிர்வாகவியல், மனித வள மேம்பாடு உள்ளிட்ட துறைகளில் பல புகழ்பெற்ற நூல்களை எழுதியவர். துறை சார்ந்த செழிப்பான அனுபவமும் நிபுணத்துவமும் கொண்டிருக்கும் இவர் தொலைக் காட்சி மற்றும் பத்திரிகைத்துறை ஊடகங்களில் தொடர்ந்து இயங்கி வருகிறார்.

பங்குச்சந்தை பற்றிய இவருடைய அள்ள அள்ளப் பணம் நூல்கள் (வரிசை 1-5), வெளிவந்த காலம் தொட்டு இன்றுவரை தொடர்ந்து விற்பனையில் சாதனை படைத்துவருகின்றன.

ஆசிரியரின் பிற நூல்கள்

பங்குச்சந்தை

1. அள்ள அள்ளப் பணம் 1 - பங்குச்சந்தை: அடிப்படைகள்
2. அள்ள அள்ளப் பணம் 2 - பங்குச்சந்தை: அனாலிசிஸ்
3. அள்ள அள்ளப் பணம் 3 - பங்குச்சந்தை: ஃபியூச்சர்ஸ் அண்ட் ஆப்ஷன்ஸ்
4. அள்ள அள்ளப் பணம் 4 - பங்குச்சந்தை: போர்ட்ஃபோலியோ முதலீடுகள்
5. அள்ள அள்ளப் பணம் 5 - பங்குச்சந்தை: டிரேடிங்
6. அள்ள அள்ளப் பணம் 6 - மியூச்சுவல் ஃபண்ட்

வியாபாரம்

1. நம்பர் 1 சேல்ஸ்மேன் (சிறந்த விற்பனையாளர் ஆவது எப்படி?)
2. பணமே ஓடி வா

நிர்வாகம்

1. ஆளப்பிறந்தவர் நீங்கள் (தலைமைப் பண்புகள்)
2. காலம் உங்கள் காலடியில் (நேர நிர்வாகம்)
4. உலகம் உன் வசம் (கம்யூனிகேஷன்)
5. உறுதி மட்டுமே வேண்டும் (கமிட்மெண்ட்)
6. உறவுகள் மேம்பட (Secrets of Managing People)
7. சிறந்த நிர்வாகி ஆவது எப்படி?
8. மேனேஜ்மெண்ட் குரு கம்பன்
9. நாட்டுக் கணக்கு
10. நாட்டுக்கணக்கு -2 - இந்திய பொருளாதாரம் அன்றும் இன்றும்
11. வீட்டுக் கணக்கு
12. நேரத்தை உரமாக்கு (காலம் உங்கள் காலடியில் - 2)
13. அதிர்ந்த இந்தியா

சுயமுன்னேற்றம்

1. எமோஷனல் இண்டெலிஜென்ஸ் 2.0
2. இட்லியாக இருங்கள் - எமோஷனல் இண்டெலிஜென்ஸ்
3. தடையேதுமில்லை (சுயமுன்னேற்றக் கட்டுரைகள்)
4. உஷார் உள்ளே பார் (மனமும் சக்தியும்)
5. ஆல் தி பெஸ்ட் ! (நேர்முகங்களில் வெற்றி பெறுவது எப்படி?)
6. தள்ளு (மோட்டிவேஷன்)
7. சின்னத் தூண்டில் பெரிய மீன்
8. சிறு துளி பெரும் பணம்
9. டீன் தரிகிட (பதின் பருவத்தினருக்கு)
10. சொல்லாததையும் செய்!
11. மனதோடு ஒரு சிட்டிங்
12. இவ்வளவுதானா நீ?
13. முன்னேற்றம் இந்தப் பக்கம்
14. எல்லோரும் வல்லவரே
15. காதலில் இருந்து திருமணம் வரை
16. சிக்கனம் சேமிப்பு முதலீடு
17. நல்லதாக நாலு வார்த்தை
18. உடல் மனம் புத்தி
19. பணம் - சில ரகசியங்கள்

மாணவர்களுக்கு

1. மன அழுத்தம் விரட்டலாமா
2. இந்தமுறை நீதான்
3. நீங்கள் அசாதாரணமானவர்

ஆன்மிகம்

1. எங்குமிருப்பவர் (சாய் சரிதம்)

நல்லதாக நாலு வார்த்தை

மனிதர்களைப் புரிந்துகொள்ள, வாழ்க்கையை வெற்றிகொள்ள

சோம. வள்ளியப்பன்

கிழக்கு

நல்லதாக நாலு வார்த்தை
Nalladhaga Naalu Vaarthai
Soma. Valliappan ©

Kizhakku First Edition: December 2019
144 Pages
Printed in India.

ISBN 978-93-86737-82-3
Kizhakku 1171

Kizhakku Pathippagam
177/103, First Floor, Ambal's Building, Lloyds Road,
Royapettah, Chennai - 600 014. Ph: +91-44-4200-9603
Email : support@nhm.in Website : www.nhm.in

kizhakkupathippagam kizhakku_nhm

Author's Email: writersomavalliappan@gmail.com
baluvalliappan5@gmail.com

Author's Website : www.writersomavalliappan.in

Kizhakku Pathippagam is an imprint of New Horizon Media Private Limited

எம்.எஸ். உதயமூர்த்திக்கு...

உள்ளே

திறன்

நேரம்

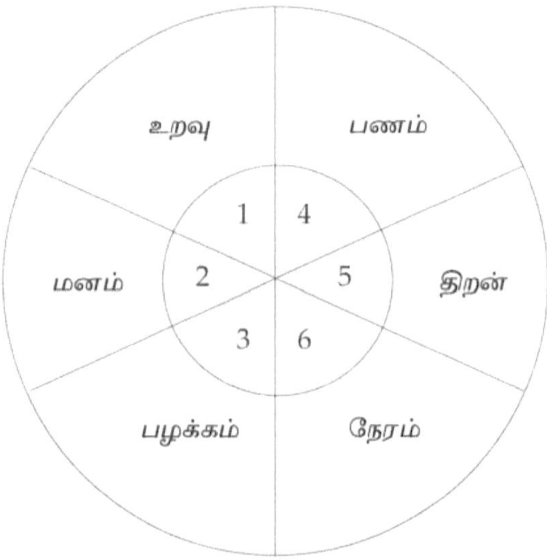
உறவு
பணம்
1
4
மனம்
2
5
திறன்
3
6
பழக்கம்
நேரம்

முன்னுரை

1990களில் சிறுகதைகள் எழுதிக்கொண்டிருந்த நான், அவ்வப் போது வாழ்வியல் கட்டுரைகளும் எழுதுவதுண்டு. அவற்றில் சில மங்கையர் மலரில் வெளி வந்திருக்கின்றன. 2001ஆம் ஆண்டுதான் 'உதவியா, தொந்தரவா?' கட்டுரை மூலம் சோம. வள்ளியப்பன் என்ற பெயரில் தினமணியில் எழுத ஆரம்பித்தேன்.

அதன்பிறகு மாதம் ஒன்று என்கிற கணக்கில் தொடர்ந்து மூன்று ஆண்டுகளுக்கும் மேலாக சுமார் நாற்பது கட்டுரைகள் எழுதினேன். எனக்குக் கிடைத்த அனுபவங்களைப் பற்றி நான் சிந்தித்த வற்றைக் கட்டுரைகளாக்கி அனுப்புவது வழக்கம்.

அப்போது தினமணியின் ஆசிரியராக இருந்த திரு.சம்மந்தம் அவர்களும், நடுப்பக்கக் கட்டுரைகளுக்குப் பொறுப்பாளராக இருந்த திரு. ராயப்பா அவர்களும் என் கட்டுரைகளைத் தொடர்ந்து வெளியிட்டார்கள்.

தினமணியில் வெளிவந்த கட்டுரைகள் வாசகர்களிடம் நல்ல வரவேற்பு பெற்றன என்பதை நான் வெளியூர்களில், கூட்டங்களில் பேசப்போகும்போது தெரிந்துகொண்டேன். தினமணியில் என் கட்டுரைகளை வாசித்தவர்களில் பலரும் என்னை அவர்களது நிறுவனங்கள், அமைப்புகளில் பேசவும் பயிற்சி கொடுக்கவும் அழைத்தபோது, தினமணியின் வீச்சு அபாரமானது என்பதைப் புரிந்துகொண்டேன்.

பணம், பங்குச் சந்தை, மனிதவளம், நிர்வாகம் தொடர்பாக நான் பல்வேறு பத்திரிகைத் தொடர்கள், புத்தகங்கள் எழுதியிருந்தாலும், 'நீங்கள் தினமணியில் எழுதிய சோம. வள்ளியப்பன்தானே!

உங்களை நேரில் பார்ப்பதற்காகத்தான் இந்தக் கூட்டத்துக்கு வந்தேன்' என்று கூட்டங்களில் பேசி முடித்து மேடையில் இருந்து கீழ் இறங்கும்போது, சந்தித்துச் சொல்பவர்கள் உண்டு.

2001ம் ஆண்டு. ஒரு சிறுகதை தொகுப்பு வெளிவந்திருந்தது. அதன் பிறகு, 'திட்டமிடுவோம் வெற்றிபெறுவோம்' புத்தகம் வெளிவந்திருந்தது. மூன்றாவது புத்தகம் போடும் விருப்பத்தில், தினமணியில் வெளிவந்திருந்த கட்டுரைகளையும் மங்கையர் மலரில் வெளிவந்திருந்த கட்டுரைகளையும் சேர்த்து, 'மகிழ்ச்சி எங்கே' என்ற தலைப்பில், மணிவாசகர் பதிப்பகம் மூலம் வெளியிட்டேன்.

'செய்வது பயனுறச் செய்தல்', 'எல்லாம் மாறவே செய்யும்', 'எவ்வளவு ரிஸ்க் எடுக்கலாம்', 'கேட்காமல் விட்ட கேள்விகள்' என்ற நான்கு புதிய கட்டுரைகளையும் சேர்த்து, ஒரு கட்டுரையை நீக்கி, எல்லாவற்றையும் 'பொருள்' வாரியாகப் பகுதி பிரித்து, ஆப்பிள் புக்ஸ் மூலம் 'நல்லதாக நாலு வார்த்தை' என்ற தலைப்பில் வெளியிட்டேன்.

அதன் பிறகு தற்போது கிழக்கு பதிப்பகம் வாயிலாக நூலாக்கம் பெற்றிருக்கிறது. வெளி நாடுகளுக்கு வேலை தேடிச் செல்பவர் கடைசி காலத்தை நிம்மதியாகக் கழிக்க தாய் நாடு திரும்புவது போல் என் தாய் பதிப்பகத்துக்குத் திரும்பியிருக்கிறது இந்தப் புத்தகமும்.

சோம வள்ளியப்பன்

1. சொன்னதும் சொல்லாததும்

நம்மைச் சுற்றியுள்ளவர்களை நாம் முழுவதும் புரிந்து கொண்டுள்ளோமா? அவர்கள் நம் குடும்பத்தினராகவோ, நண்பர்களாகவோ, அலுவலகத்தில் உடன் பணிபுரிபவர்களாகவோ வேறு எவராகவும் இருக்கலாம். இவர்களை நாம் முழுவதும் புரிந்து வைத்திருக்கிறோமா? எப்போதும் சரியாகப் புரிந்துகொள்கிறோமா?

இந்தக் கேள்விகளுக்கு உடனடியாகப் பதில் சொல்ல முடியாது. ஒரே மாதிரியும் பதில் சொல்ல முடியாது. சில சமயங்களில் நம் பதில் 'ஆமாம்'. பல சமயங்களில் நம் பதில் 'இல்லை' ஆகவும் இருக்கும்.

ஏன் இப்படி?

ஒத்துப்போகாவிட்டாலும் குறைந்தபட்சம் நம்மைச் சுற்றியுள்ளவர்களைப் புரிந்துகொள்ளவாவது வேண்டும் அல்லவா?' இதென்ன கேள்வி. நம்மைச் சுற்றி உள்ளவர்களை புரிந்துகொள்ளாமலா இருப்போம்!' என்று தோன்றுகிறதா? கீழே கொடுக்கப் பட்டுள்ள மூன்று நிகழ்ச்சிகளைப் படியுங்கள், பிறகு ஒப்புக்கொள்வீர்கள்.

நிகழ்ச்சி ஒன்று

சுப்ரமணியன் என்ற மாணவர் ஒருவர் திருச்சியிலிருக் கிறார். அவருக்கு சென்னையில் நல்ல வேலை

கிடைத்தது. அதை அவரது பெற்றோரிடம் மகிழ்ச்சியாகச் சொல்லுகிறார். அவர்கள் வயதானவர்கள். எல்லா உதவிகளுக்கும் அந்த ஒரே மகனான மாணவரைத்தான் நம்பியிருக்கிறார்கள்.

'அப்பா எனக்கு சென்னையில் வேலை கிடைத்திருக்கு.'

'அப்படியா?'

'நல்ல வேலையப்பா, தொடக்க சம்பளமே இருபதாயிரம்.'

'அட.... பரவாயில்லையே!'

'அந்தக் கம்பெனி பெரிசுப்பா... மொத்தம் பத்தாயிரம் பேர் வேலை செய்யறாங்க...'

'ம்... ம்...'

' அடுத்த வாரம் திங்கள் கிழமையே வேலையில சேரணும்...'

'ம்.. நல்லா... நல்லா.... உன் அம்மாட்டேயும் சொல்லிடுப்பா...'

அம்மாவிடமும் விவரங்கள் சொல்லப்படுகின்றன.

'சரி... போய் ஜாய்ன் பண்ணு... பெரிய கம்பெனி, நல்ல சம்பளங்கறே... சரி, சரி சாப்பிட வா.'

சுப்ரமணியன் விருவிருவென சாப்பிட்டுவிட்டு தன் நண்பர்களைப் பார்க்க ஓடிவிடுகிறார்.

'அப்பா அம்மா என்னடா சொன்னாங்க?' ஒரு நண்பன் கேட்கிறான்.

'வேறென்ன, வேண்டான்னா சொல்லுவாங்க! முதல் வேலையே பெரிய கம்பெனியில, செமத்தி சம்பளம்... சரின்னுட்டாங்க...' பெருமையாகச் சொல்லுகிறார்.

உங்களுக்கு என்ன தோன்றுகிறது? சுப்ரமணியனின் பெற்றோர் சரி என்று சொல்லிவிட்டார்கள் என்றா?

நிகழ்ச்சி இரண்டு

ஒரு சுறுசுறுப்பான காலை நேரம். அலுவலகத்தில் அதன் மேலாளர் 'பிசி'யாக இருக்கிறபோது அவருடைய அறைக்கு வெளியே புதிதாக வேலைக்குச் சேர்ந்த இன்ஜினியர் மஜிம்தார் என்ற கொல்கத்தாக்காரர் தயங்கியபடி நின்று கொண்டிருப்பதைக் கவனிக்கிறார். கண்ணாடி வழியாகத் தெரியும் அவர் முகத்தைப் பார்த்து, முக பாவத்திலேயே, 'என்ன?' என்று கேட்கிறார். ஒரு

நிமிடம் உங்களிடம் பேசவேண்டும் என்பதுபோல என்று சைகையால் கேட்கிறார் மஜிம்தார். சரி என்று தலையசைத்து அவரை உள்ளே அழைக்கிறார் மேலாளர்.

இன்ஜினியர் சுருக்கமாகப் பேசினார். 'நான் என் வேலையை ராஜிநாமா செய்கிறேன்.' வியப்படைந்த மேனேஜர், 'ஏன்?' என்று கேட்கிறார். மௌனமே மஜிம்தாரின் பதிலாக இருந்தது. மீண்டும் ஏன் என்று மேலாளர் கேட்டபோது, 'சொந்த ஊருக்குப் போகிறேன்' என்ற பதில் வந்தது. 'இங்கு நம்ம நிறுவனத்தில் உங்களுக்கு ஏதாவது பிரச்னையா?' என்ற கேள்விக்கு, 'இல்லையே, அதெல்லாம் ஒன்றும் இல்லை' என்றார் மஜிம்தார்.

நிகழ்ச்சி மூன்று

சிதம்பரத்தில் ஒரு குடும்பம். அப்பா, அம்மா, ஒரு மகள். ப்ளஸ் 2 படிக்கும் மகளுக்கு மறுநாள் முக்கியமான கணக்குத் தேர்வு. அப்பாவும் அம்மாவும் ஒரு திருமணத்துக்காக வெளியூர் போக வேண்டும்.

'நாங்க போயிட்டு வரட்டா?' அம்மா மகளிடம் கேட்கிறார்.

'ம்...'

'உனக்கு ஒண்ணும் பிரச்னை இல்லையே...? டிபனெல்லாம் ரெடி பண்ணி வச்சிருக்கு... சாப்பிட்டுவிட்டு கிளம்பிய பிறகு கதவைப் பூட்டி கீழ் வீட்ல சாவியைக் குடுத்திட்டுப் போயிரு...'

'நான்தான் போயிட்டு வாங்கன்னு சொல்லிட்டேன்ல... போயிட்டு வாங்க, நான் பாத்துக்கறேன்.'

பெற்றோர் இருவரும் கிளம்பி ஊருக்குப் போய்விட்டார்கள். அவர்கள் மகள்தான், சரி போயிட்டு வாங்க என்று சொல்லி விட்டாளே!

இந்த மூன்று நிகழ்ச்சிகளிலும் ஓர் ஒற்றுமையைக் கவனித்திருப்பீர்கள். மூன்றிலும் பேச்சு வார்த்தை நடக்கிறது. சம்மதம் கேட்கப் படுகிறது. சரி என்று சம்மதம் தெரிவிக்கப்படுகிறது. 'சரி' என்ற சம்மதம் மகிழ்ச்சியுடன் ஏற்றுக் கொள்ளப்படுகிறது.

'சரி' என்று சொல்லப்பட்டது மனப்பூர்வமாக, முழு மனதுடன் சொல்லப்பட்டது அல்ல என்பது உங்களுக்குப் புரிந்திருக்கும்.

மேலெழுந்தவாரியாகப் பார்த்தால் பதில்களில் 'சரி' என்ற சம்மதம்தான். சரி என்று சொல்லப்பட்டாலும் அதில் சம்மதம் இல்லை என்பது, இவற்றைத் தள்ளி நின்று, சூழ்நிலையில் தொடர்பில்லாத நம்மால் புரிந்துகொள்ள முடிகிறது. ஆனால் சம்பவங்களில் தொடர்புள்ள மகனால், மேலாளரால், கல்யாணத்துக்குப் போகும் பெற்றோர்களால் புரிந்துகொள்ள முடியவில்லை. ஏன் என்றால், அவர்கள் அந்த நேரத்தில், பேசுபவர்களை முழுமையாகக் கவனிக்கவில்லை.

Address What is said and beyond... என்பார்கள் - 'சொன்னதற்கு மேலாகவும் விஷயம் உள்ளது, அவற்றையும் கவனி' என்ற பொருளில். ஆம், மனித உறவுகளில், நண்பர்களிடத்தில், வேலை பார்க்கும் இடங்களில் எல்லாம் எல்லோராலும் எல்லா நேரமும் அவர்கள் நினைப்பதை வெளிப்படையாகச் சொல்ல முடியாது.

சொல்லப்படுபவை கொஞ்சம்தான். பல சமயங்களில் 5 அல்லது 10 சதவிகிதம்தான். ஆகவே நாம் முக்கிய முடிவுகள் எடுக்கையில், மற்றவர்கள் சம்பந்தப்பட்ட விஷயங்களில் அவர்கள் கருத்து சொல்லும்போது, அவர்கள் முதலில் சொல்வதை மட்டும் கேட்டுக்கொண்டு முடிவெடுக்கக் கூடாது.

அவர்களின் சரியான கருத்தை, உணர்வுகளை, முயன்று தெரிந்து கொள்ளுதல் அவசியம். இதை விளக்கும்போது ஒரு படம் போட்டுக் காட்டுவார்கள்.

கடலில் மிதக்கும் பனிக்கட்டிகளைப் பற்றிக் கேள்விப் பட்டிருப்பீர்கள். Ice Bergs என்று பெயர். பெரிய பெரிய பனிக்கட்டிகள். அவை கடலில் மூழ்கியிருக்கும். அவற்றின் தலைநுனிதான் (Tip of the ice berg) கடல் தண்ணீ ருக்கு வெளியே தெரியும். மற்ற பகுதிகள் தண்ணீருக்குள் அமிழ்ந்திருக்கும். தண்ணீருக்குள் அமிழ்ந்து நம் கண்ணுக்குத் தெரியாத பகுதி, பனிக்கட்டியின் மிகப் பெரிய பகுதியாக இருக்கும்.

அதுபோலத்தான் மனிதர்கள் ஒருவரோடு ஒருவர் பழகிக் கொள்ளுதலும் உரையாடல்கள் சொல்வதும். நாம் முன்பு பார்த்த மூன்ற நிகழ்ச்சிகளிலும் ‘சரி’ என்ற சம்மதம், தண்ணீருக்கு வெளியே தெரியும் பனிக்கட்டியின் உச்சி போன்றது. சிறிய முனையை மட்டும் பார்த்துவிட்டு அவ்வளவுதான் என்று முடிவு செய்யக்கூடாது. அப்படி நினைத்துக்கொண்டு கப்பல், அந்தப் பனிக்கட்டியைத் தாண்டி, போக முயன்றால் விபத்துதான் நடக்கும். பனிக்கட்டியின் உச்சிக்குக் கீழ், இருக்கும் பனிப் பாறையில் மோதி கப்பல் உடையும். அதுபோலவேதான் மற்றவர்கள் நமக்கு சொல்லும் பதில்களும் அவர்களின் மனதுக்குள் இருக்கும் முழு அபிப்பிராயத்தையும் முழுமையாகக் காட்டாதவை.

‘உனக்கு இந்த மாப்பிள்ளை பிடிச்சிருக்குதாம்மா?’

‘உங்களை இந்த ஏரியாவுக்கு மாற்றல் செய்யலாமென்றிருக் கிறோம்.’

‘உங்கள் உடல்நலம் இப்ப எப்படியிருக்கு?’

இப்படி எத்தனை எத்தனையோ கருத்துப் பரிமாற்றங்கள் தினசரி வாழ்வில் நடைபெறுகின்றன. கருத்துகள், பதில்கள் சொல்லப்படுகின்றன. அவசரகதியில், வேறு கவனத்தில் அவற்றை மேலழுந்த வாரியாகக் கேட்டுவிட்டு விட்டுவிடக் கூடாது. அவர்கள் சொன்னவற்றுடன் சொல்லாதவற்றையும் முயன்று, விரும்பி தெரிந்துகொண்டால் நமக்கு நல்லது. இதனால் மன வருத்தங்கள், சிரமங்கள், அவப்பெயர், நட்டம், உறவு விரிசல், பகை முதலியவற்றைத் தவிர்க்கலாம்.

மேலோட்டமான கேள்விகளுக்கு, விசாரித்தலுக்கு பனிப் பாறையின் வெளியேதெரியும் சிறு நுனி போன்ற Tip of the ice berg பதில்கள்தான் வரும். அதற்குப் பின் பெரிய உணர்வுகள், அழுத்தங்கள், ஆசாபாசங்கள் உண்டு. கவனம் தேவை.

வெறும் வார்த்தைகளைக் கேட்பதோடு விட்டுவிடாமல், சொல்பவரின் முகபாவம், கண்கள், குரலில் வெளிப்படும் உணர்ச்சி முதலியவற்றைக் கவனிப்பது உதவும்.

ஆக, சொன்னது பல சமயங்களில் சொல்லியதைவிடக் குறைவாகவும் சில சமயங்களில் வேறாகவும்கூட இருக்கலாம். தேவை எச்சரிக்கை!

2. நாம் மட்டுமா நல்லவர்கள்?

பொதுவாக, மனிதர்களைப் பற்றி உங்கள் கருத்து என்ன? மனிதர்கள் அடிப்படையில் நல்லவர்களா... கெட்டவர்களா? பெரும்பாலான மனிதர்கள் மற்றவர்களுக்கு உதவுவார்கள் என்று நம்புகிறீர்களா? அல்லது எல்லோரும் ஒருவிதத்தில் சுயநலக்காரர்கள் தான், சந்தர்ப்பம் கிடைத்தால் அடுத்தவர்களுக்குக் கெடுதல் செய்வார்கள் என நினைக்கிறீர்களா?

ஒவ்வொரு மனிதனுக்கும் மற்றவர்களைப் பற்றிய ஒரு மொத்தக் கருத்து இருக்கும். உலகத்தைப் பற்றிய பார்வை.

சிலருக்குத் தங்கள் பார்வை அல்லது கருத்து இன்னது என்று தெரியும். அல்லது தெரிந்து வைத்திருப்பார்கள் (Being concious). வேறு சிலருக்கோ அதேபோல கருத்துகள் இருக்கும். ஆனால், தன்னுடைய அடிப்படை கருத்து/ எண்ணம் அப்படித்தான் இருக்கிறது என்று அவர்களுக்குத் தெரியாது. ஆனால், அவர் களுடைய செயல்பாடுகளில் பேச்சுக்களில் அந்த எண்ணம் நன்கு வெளிப்படும்.

ஆக, தங்களுக்குத் தெரிந்தோ தெரியாமலோ, எல்லோருமே அடுத்தவர்களைப் பற்றிய கருத்துகள் வைத்திருக்கிறோம். அது எப்படிப்பட்டது என்பது தான் கேள்வி.

சிலரோடு பேசும்போது, பழகும்போது அவர்கள் நம்மை மதிப்பது தெரியும், நம்புகிறார்கள் என்பது புரியும். கேட்ட உதவியைத் தயங்காது செய்வார்கள். அவர்கள் பழகக்கூடிய எவருடனுமே அப்படித்தான் நடந்துகொள்வார்கள். அது அவர்களுடைய இயல்பாகவே ஆகிவிட்டிருக்கும். நீங்களும் உங்கள் வாழ்க்கையில் இப்படிப்பட்ட பலரைச் சந்தித்திருக்கலாம்.

அவர்களின் கருத்து என்ன? எதனால் அவர்கள் மற்றவர்களிடம் அவ்வாறு நடந்துகொள்கிறார்கள்? அவர்கள் எண்ணப்படி, 'மனிதர்கள் நல்லவர்கள், விவரம் தெரிந்தவர்கள், உதவி பெறத் தகுந்தவர்கள்' இப்படி அவர்கள் பொதுவாக நினைப்பதால்தான், அவர்களுடைய பழக்க வழக்கங்கள் மேற்சொன்னபடி அமைந்துள்ளன.

வேறுவிதமான மனிதர்கள் சிலரையும்கூட நீங்கள் சந்தித்திருப்பீர்கள். இவர்கள் இரண்டாவது வகையைச் சேர்ந்த வர்கள். இவர்கள், 'தான்தான் உயர்வு என்றும், அடுத்தவர்கள் அனைவரும் மட்டம்' என்றும் நினைப்பார்கள். 'எவரையும் நம்பக் கூடாது' என்பது இவர்களின் எண்ணமாக இருக்கும். 'அடுத்தவர்கள் நம்மைப் பயன்படுத்திக் கொள்ளப் பார்க்கிறார்கள். அதன் மூலம் பலனடைந்துவிட முயல்கிறார்கள். கூடாது. நாம் ஏமாந்துவிடக்கூடாது' என்று நினைப்பார்கள் இவர்கள்.

இவர்களுடைய பார்வையில் மனிதர்கள் சுயநலவாதிகள், கெட்டவர்கள், விவரம் போதாதவர்கள். தாங்கள் இப்படி தங்களுக்கு இப்படி ஒரு மொத்தப் பார்வை இருப்பது தெரியாமலேயே செயல்படுபவர்களும் உண்டு.

ஆக, இந்த உலகத்தைப் பற்றி, மனிதர்களைப் பற்றிய ஒரு பொதுவான அணுகுமுறை நம் ஒவ்வொருவரிடமும் உண்டு. இவை மேலே சொன்னதுபோல இரண்டே இரண்டு வகைப் பட்டதுதானா? வெட்டு ஒன்று, துண்டு இரண்டு என்பதுபோல ஒன்று நல்லவர்கள் அல்லது கெட்டவர்கள். இரண்டே இரண்டு பிரிவுகள்தானா மனிதர்களிடம்! யோசிக்க வேண்டிய விஷயம்.

தியரி எக்ஸ் தியரி வொய் (TheoryX Theory Y)

டக்லஸ் மெக்கிரிகர் (Douglus Mcgregor) என்ற ஒரு மனோதத்துவ அறிஞர் இதைப் பற்றி ஆராய்ச்சி செய்தார். அவர் கூறுகிறார்.

அலுவலகம்/தொழிற்சாலைகளில் பணியாற்றும் மேலாளர்கள் தங்கள் கீழ் பணிபுரியும் ஊழியர்களைப் பற்றி ஒரு கணிப்பு வைத்திருப்பார்கள். அந்தக் கணிப்பின்படி மேலதிகாரிகள் இரண்டு வகைப்படுவர். அடையாளத்துக்காக முதல் வகையினரை தியரி எக்ஸ் வகையினர் (Theory X) என்றும், இரண்டாவது வகையினரைத் தியரி ஒய் வகையினர் (Theory Y) என்றும் மெக்கிரிகர் பிரிக்கிறார்.

தியரி எக்ஸ் வகையைச் சேர்ந்த மேலதிகாரிகள், சூப்பர்வைசர்களின் எண்ணம் கீழ்க்கண்டவாறு இருக்கும்.

1. பொதுவாகவே வேலை செய்வது ஊழியர்களுக்குப் பிடிக்காது, அவர்கள் அதைத் தவிர்க்கவே முயற்சிசெய்வார்கள் (எப்படித் தட்டிக் கழிப்பது, வேலை செய்யாமல் சாக்குப் போக்கு சொல்வது அல்லது நேரத்தை ஓட்டுவது எனப் பார்ப்பார்கள்).

2. ஊழியர்களை அதட்டி வேலை வாங்கவேண்டும். தண்டனை காட்டி பயமுறுத்தினால்தான் வேலை நடக்கும் (மயிலே மயிலே என்றால் இறகு போடாது... பிடுங்க வேண்டும்).

3. பொறுப்புகளை ஏற்க மாட்டார்கள். எதையும் சொன்னால் தான் செய்வார்கள் (தட்டிக் கழிக்கப் பார்ப்பார்கள். நழுவுவார்கள். விடக்கூடாது.)

4. முன்னேற வேண்டும் என்ற ஆவல் கிடையாது. அவர்களிடம் இருப்பதைப் பாதுகாத்துக் கொள்ளும் உணர்வுதான் இருக்கும் (புதிதாய் ஏதாவது கற்றுக் கொள்வோமே, நாமும் முன்னேறுவோம் என்ற ஆவல் ஊழியர்களிடம் கிடையாது).

நீங்கள் வேலை செய்பவராக இருந்தால், நீங்கள் வேலை செய்யுமிடத்தில் நிச்சயம் இப்படிப்பட்ட எண்ணம் கொண்டவரை (உங்கள் முதலாளியாகவோ, சூப்பர்வைசராகவோ, மேனேஜராகவோ இருக்கலாம்) பார்த்திருப்பீர்கள். அல்லது இந்த அணுகுமுறையை உங்களுக்குக் கீழ் பணியாற்றுபவர்களிடம் நீங்களே கூட கடைபிடித்திருக்கலாம்.

'தியரி எக்ஸ'்க்கு நேர் எதிரான சிந்தனை கொண்டவர்கள் 'தியரி ஒய்' பிரிவினர். 'தியரி ஒய்' சிந்தனை கொண்ட முதலாளிகள், சூப்பர்வைசர்கள், மேலதிகாரிகள், மேனேஜர்கள் ஆகியோர்களின் எண்ணம் கீழ்கண்டவாறு இருக்கும்.

1. ஓய்வெடுத்தல், விளையாடுதல் போல வேலையும் இயற்கை யானதே என்று ஊழியர்கள் நினைக்கிறார்கள் (எல்லாரும் அவுங்க வேலையை விரும்புறாங்க. வேலை சுவாரஸ்ய மானது).

2. ஊழியர்கள் சுயக் கட்டுப்பாடுள்ள, தங்களுக்குத் தாங் களே வழிகாட்டிக் கொள்ளக் கூடிய, செய்து முடிக்க வேண்டும் என்ற ஆர்வம் உள்ளவர்கள் ('அவுங்களுக்கு என்ன வேணுமின்னு வொர்க்கர்ஸ்க்கே தெரியுமே', 'குடுத்த வேலையை முடிச்சிடுவாங்க... நோ ப்ராப்ளம்').

3. கொடுத்த பொறுப்புகளை ஏற்பதுடன் மேலும் கூடுதல் பொறுப்புகளை கேட்டுப் பெறும் மனப் பக்குவம் கொண்டவர்கள் ('அடுத்தது என்ன சார்? சீக்கிரம் சொல்லுங்க.).

4. புதிதாகச் சிந்தித்து செயலாற்றக் கூடிய திறமையுடையவர் கள். ('சார். இதெப்படி இருக்கு பாருங்க. நல்லா ஓடுதில்ல! நானே சும்மா முயற்சி பண்ணினேன்').

தியரி எக்ஸ் மற்றும் தியரி ஒய் அணுகுமுறைகளுக்கு மிடையே தான் எவ்வளவு வேறுபாடு! தியரி ஒய் அணுகுமுறை யுடையவர் களையும் நாம் வேலை செய்யுமிடங்களில் சந்தித்திருக்கிறோம். நம்மில் சிலரிடமும் இந்த அணுகுமுறை உண்டு.

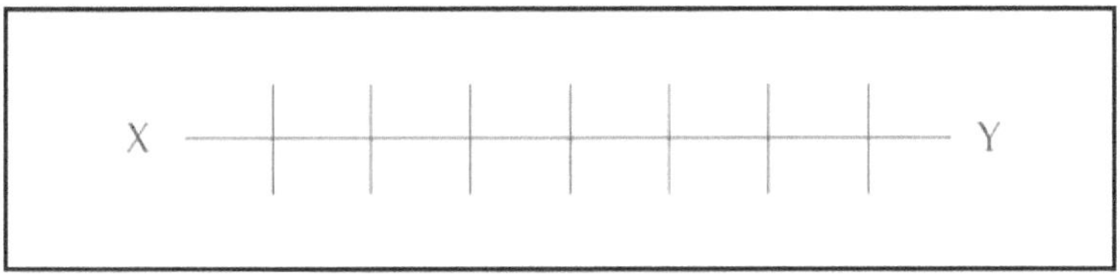

இந்த தியரி எக்ஸ், தியரி ஒய் அணுகுமுறைகள் பணியிடத்துக்கும் மேலதிகாரிகளுக்கும் மட்டும்தான் பொருந்துமா என்ன?

இந்த அணுகுமுறை எல்லா இடங்களிலும் இருக்கிறது. வீடுகளில் பெற்றோர் குழந்தைகளிடத்தில், பள்ளிகளில் கல்லூரிகளில் ஆசிரியர்கள் மாணவ மாணவியர்களிடத்தில், தலைவர்கள் தொண்டர்களிடத்தில் என எல்லா இடங்களிலும் இப்படிப்பட்ட இரண்டு நேர் எதிர் எதிரான அணுகுமுறைகள் இருக்கின்றன.

அடுத்தவரைப் பற்றிய எண்ணம், அதனால் விளையும் செயல் பாடுகள், இவைதானே நாம்!

நாம் முன்பு ஒரு கேள்வி கேட்டோமே நினைவு இருக்கிறதா? வெட்டு ஒன்று, துண்டு இரண்டு என்ற இரண்டே விதங்கள்தான் உலகத்தில் உள்ளனவா? காய் அல்லது பழம் என்று உலகத்தில் இரண்டு தானா? கறுப்பு அல்லது வெள்ளை என்று இரண்டே இரண்டுதானா? ஏன் செம்பழம் இல்லையா? காய்முற்றி, பழுத்து வரும் நிலைகள் எல்லாம்கூட உண்டே! கறுப்பு வெள்ளை தவிர இரண்டும் கலந்த சாம்பல் நிறம் (Grey) உண்டே. தலை சுத்தமாக நரைக்காதவர்கள், முழுதும் நரைத்தவர் தவிர இடைப்பட்ட நிலைகளும் உள்ளதுபோல, மனிதர்களின் அணுகுமுறைகளையும் வெறும் இரண்டாக எப்படிப் பகுக்க முடியும்? இரண்டும் இரண்டு தீவிர கருத்துகள் (Two extremes) அல்லவா? இடையில் எத்தனையோ நிலைகள் இருக்குமே! நாம் அதில் எங்காவது நடுவில் இருக்கலாம். இதுபோல பல்வேறு நிலைகள் இருப்பதை Continum என்கிறார்கள்.

மேலே உள்ள படத்தைப் பாருங்கள். X இடது ஓரம், Y வலது கோடி. ஆக, X என்பது ஒரு தீவிர நிலை (முழுவதும் கறுப்பு போல). Y என்பது மற்றொரு தீவிர நிலை (முழுவதும் வெள்ளை போல). ஒவ்வொருவரும் X அல்லது Y-ல்தான் இருக்க வேண்டும் என்பதில்லை.

இந்த இரண்டும் தவிர, இரண்டுக்கும் இடையில் ஏதோ ஒரு புள்ளியில் இருக்கலாம். ஆனால், அடைய வேண்டிய நிலை விரும்பத்தக்க நிலை 'ஓய்' நிலைப்பாடு. கண்டிப்பது என்பது வேறு, ஒருவரைப் பற்றி ஒரு இறுதி முடிவுக்கே வந்துவிடுவது என்பது வேறு.

இரண்டுக்கும் நிறைய வித்தியாசம் உண்டு. தவறுகளைச் சுட்டிக் காட்டத்தான் வேண்டும். ஆனால், ஒருவர் எப்போதுமே தவறுதான் செய்வார் என்று சந்தேகப்படக்கூடாது. தியரி X எண்ணத்துக்கும், தியரி Y எண்ணத்துக்கும் இதுதான் வேறுபாடு. மற்றவர்களை நம்புவதும், மதிப்பதும் அவசியம். அது வெற்றியையும் மகிழ்ச்சியையும் கொடுக்கும்.

நமக்கு மட்டுமல்ல, நம்மைச் சுற்றியிருப்பவர்களுக்கும் நம்மோடு பழகுபவர்களுக்கும்கூட. உலகைப் பற்றிய, மனிதர்களைப் பற்றிய பார்வையை அவர்கள் நல்லவர்கள் என்று - அதாவது, 'ஓய்' நிலைப்பாட்டுக்குக் கொண்டுவர முயல வேண்டும். அவ்வாறு செய்கிறபோது, நம்மைச் சுற்றியிருக்கும் உலகம் அமைதியாகவும் சந்தோஷமாகவும் செயல்படுவதாகவும் ஆகிவிடுகிறது.

எல்லா மனிதர்களும் நல்லவர்களாக இருந்துவிட்டால் பின் ஏன் உலகில் சிரமங்கள் என்று கேட்கலாம். உண்மைதான். ஒவ்வொரு மனிதரிடமும் ஒரு நல்லவரும் ஒரு கெட்டவரும் உறங்குகிறார். அவர்களில் எவரை நாம் தட்டி எழுப்பிவிடுகிறோமோ அவரே நம்மை எதிர் கொள்வார். அத்தகையவரைத்தான் நாம் சந்திப்போம். 'தெய்வம் என்றால் அது தெய்வம், கல் என்ற அது கல்தான்' என்று கண்ணதாசன் பாடினாரே, அப்படி நாம் பார்ப்பதுபோலத்தான் மனிதர்கள் இருக்கிறார்கள்.

ஒருவரிடம் இருக்கும் கெட்டவரை நாம் ஏன் எழுப்ப வேண்டும்? அவரிடம் நல்லவற்றைப் பார்ப்போமே, பிறகு அவன் அந்த நல்லவரையே நமக்குக் காட்ட விரும்புவான். நல்லவராக, பொறுப்புகளை ஏற்றுக் கொள்பவராக நடந்துகொள்ள முயல்வார்.

ஆக, நம்மிடம் பழகுபவர்களின் பழக்கவழக்கங்களை நாம்தான் தீர்மானிக்கிறோம் நம் எதிர்பார்ப்புகளின் மூலமாக என்றுகூடச் சொல்லலாம்.

3. மற்றவர்கள் நம்மை விரும்பும்படி...

முன்பு நான் வேலை செய்த பெப்ஸி நிறுவனத்தில் அத்துல் கோஸ்லா என்ற பஞ்சாப்காரர் எனக்கு மேலதிகாரியாக இருந்தார். என்னைவிட ஓரிரு ஆண்டுகள் வயதில் இளையவர். ஆனால் நிறுவனத்தில் அவருடைய பதவியோ என்னுடையதைவிட மூன்று படிகள் மேலே.

அவரோடு நான் உரையாடிய ஒவ்வொரு போதும், அவரோடு நேரம் செலவழித்த எல்லா சமயங்களிலும் மகிழ்ச்சியாக, தன்னம்பிக்கை மிகுந்தவனாக உணர்ந்தேன். அவர் அலுவலகத்தில் என்னை ஏதேனும் பேசுவதற்காக அழைத்தாலே எனக்கு மகிழ்வாக இருக்கும். ஆவலுடன் அவருடைய அறைக்குச் செல்வேன். மிகச் சில கேள்விகளே கேட்பார். உரையாடுவார். அவருடன் பேசிவிட்டுத் திரும்பி வரும்போது புத்துணர்வு பெற்றவனாக வருவேன். இது ஒவ்வொரு முறையும் நிகழ்ந்தது.

அவர் பின்பு பெர்பெட்டி என்ற வேறு ஒரு நிறுவனத்துக்குச் சென்றுவிட்டார். அவர் சென்ற பிறகுதான் என்னால் அவர் கொடுத்த அந்த 'நிலை'யை நன்கு உணர முடிந்தது. அவரால் நான் எவ்வளவு 'எனர்ஜி' பெற்றேன் என்று நினைத்து வியந்தேன்.

அது எப்படி அவர் எனக்கு அவ்வளவு முக்கியத்துவம் கொடுத்தார்! எனக்கு மட்டும்தான் அப்படிக்

கொடுத்தாரா? அவரிடம் பணி செய்த மற்றவர்களையும் விசாரித்தேன். என்னைக் காட்டிலும் அதிகம் அவர்கள் அப்படி உணர்ந்தவர்கள் எனத் தெரிந்துகொண்டபோது என் வியப்பு மேலும் அதிகமானது.

அத்துலைப் போலத்தான் மற்ற மேலதிகாரிகளும் நடந்து கொள்கிறார்களா என யோசித்தேன். அவருக்கு முன்பு அவர் இருந்த இடத்தில் இருந்தவர்கள், வேறு நிறுவனங்களில் எனக்கு மேலதிகாரியாக இருந்தவர்கள் சிலரின் முகங்களும் அவர்கள் என்னை நடத்திய முறையும் நினைவுக்கு வந்தன. இவர் அளவுக்கு எவரும் இல்லை என்பது புரிந்தது.

அப்படியானால் அத்துலிடத்தில், அவர் பழகும் முறையில் ஏதோ ஒரு வித்தியாசமிருக்கிறது. அது என்ன என்று யோசிக்க ஆரம்பித்தேன்.

அந்த வித்தியாசத்தைப் பார்ப்பதற்கு முன்பு, இது அத்துல் என்ற ஒரே ஒரு மேலதிகாரிக்கு மட்டும் உள்ள தனிப்பட்ட குணமா? என்று யோசித்துப் பார்த்தேன். ‘இல்லை. அவரைப் போல வேறு பலரும் இருக்கிறார்கள். பணியாற்றும் இடங்களில் மட்டுமல்ல. எல்லா இடங்களிலும் . இந்த வகையினர் இருக்கத்தான் செய்கிறார்கள்’ என்பதும் விளங்கியது.

அத்துதல் கோஸ்லாவைப் போன்றவர்கள் அப்படி என்னதான் வித்தியாசமாகச் செய்கிறார்கள்? அவர்களைப் போல

அனைவருமே ஆவதெப்படி? என்ற கேள்விகள் எனக்குள் எழுந்தன.

ஒவ்வொரு மனிதனுக்கும் தன்னைப் பற்றிய ஒரு மதிப்பீடு உள்ளது. அவரவர்கள் மதிப்பில் அவர்கள் உயர்ந்தவர்களே. எல்லா மனிதர்களுக்கும் அவர்களைப் பற்றிய மதிப்பு மிக முக்கியம். அதை அவர்கள் சொல்லலாம், சொல்லாமலும் இருக்கலாம்.

அதை Self Esteem என்றும், ஏன் Ego என்றுகூட ஒரு விதத்தில் சொல்லலாம். அந்த சுயகௌரவம், சுயமதிப்பு இல்லாதவரே கிடையாது. அதற்குப் பங்கம் வந்தால், அது பாதிக்கப்பட்டால் எவருக்கும் பிடிக்காது. யாருடனாவது பேசும் போதோ, பழகும் போதோ இந்த விஷயத்தில் பாதிப்பு ஏற்பட்டால் எவர் மனதும் வருத்தப்படும்.

'நீங்க எழுதினது இதுதானா!... வேறெதாவது எழுதிக் கொண்டு வாங்களேன், பத்திரிகையிலே போடற மாதிரி.'

'ஏன் எப்பவும் சோர்வா இருக்கீங்க? பக்கத்து சீட்டு ராஜாவைப் பாருங்க... எப்படி சுறுசுறுப்பா இருக்கார்.'

'கொஞ்சம் உங்க பேச்சை நிறுத்தறீங்களா, நான் பேசலாமுன்னு நினைக்கிறேன்.'

'கொஞ்சம் தள்ளி நிக்குறீங்களா, நான் இவரோட தனியா பேசணும்.'

'இங்க என் பேனாவை வச்சனே... ஏதும் தவறி உங்க பையில போட்டிட்டீங்களா, இரண்டும் ஒரே மாதிரி இருந்தது, பாருங்க!'

மேலே சொன்னவை சிறு விஷயங்கள்தான், ஆனால் ஒருவருடைய சுயகௌரவத்தைப் பாதிக்கும் விஷயங்கள்.

இப்படிப் பாதிக்கச் செய்வது தவறு; எவருக்கும் பிடிக்காது. ஒருவருடைய சுயகௌரவத்தை உயர்த்துவதாகப் பேசுதல், நடந்துகொள்ளுதல் அவர்களால் விரும்பப்படும். குறைந்தபட்சம் அதைக் குறைக்காமலாவது நடந்துகொள்ளவேண்டும். இதை எப்படிச் செய்வது?

1. மற்றவர்களைக் குறைகூறாமல் இருப்பது
2. அவர்களுடைய நோக்கங்களைச் சந்தேகிக்காமல் இருப்பது. இவை இரண்டும் அவசியம். சாத்தியமா? எல்லா

நேரங்களிலும் எல்லோருடைய தவறுகளையும் குற்றங்களையும் சுட்டிக்காட்டாமல் இருக்க முடியுமா? முடியாதுதான். ஆனால் அதை எப்படிச் செய்கிறோம் என்பதில்தான் விஷயம் இருக்கிறது.

நம்மோடு பேசுபவர் எவராக இருப்பினும், அவருடைய நோக்கத்தை, எண்ணங்களைச் சந்தேகிக்கும்படி பேசக்கூடாது.

'நாளைக்கு என் குழந்தைக்கு ஸ்கூல் அட்மிஷன் சார், லீவு வேணும்.'

'போன வாரம் தானேய்யா இதே காரணத்தைச் சொல்லி ஒரு நாள் லீவு எடுத்த! என்ன மறந்திட்டேன்னு நினைச்சியா?'

அவர் சொல்லுகிற விஷயத்தை அவர் நோக்கிலிருந்து புரிந்துகொள்ளவேண்டும். அவர் பேசுவதைக் கவனிக்க வேண்டும். வெறுமனே கேட்டுக்கொண்டிருந்துவிட்டு நம் முறைக்காக காத்திருந்து பதில் சொல்வதல்ல. ('அது முதல் குழந்தைக்கு சார். இது இரண்டாவதுக்கு'. 'அதெல்லாம் இருக்கட்டும்பா... உன் மனைவி போய் பார்த்துக்கட்டும். நாளைக்கு முக்கியமான ஆடிட்டிங் இருக்கு. சீக்கிரம் வந்திடு, லீவெல்லாம் கிடையாது, புரிஞ்சுக்கோ.')

நம்மைப் போலத்தானே மற்றவர்களும். நம்மைச் சுற்றியுள்ள மனிதர்கள் நம்மை மதிக்க வேண்டும், நம்மை விரும்ப வேண்டும்; நமக்கு நம்பிக்கையாக நடந்துகொள்ளவேண்டும் என நினைக்கிறோம். நம்மையும் மற்றவர்கள் அப்படித்தான் எதிர்பார்க்கிறார்கள்.

அத்துல் இவற்றையெல்லாம் மிகச் சாதாரணமாகச் செய்வார். அவரோடு பேசும்போது அவர் நம்மை, நம் திறமைகளைத் தெரிந்து வைத்திருக்கிறார், மதிக்கிறார் என்பது அவர் பேச்சில் வெளிப்படும். நம்மிடம் அவர் விசாரிப்பது நம்முடைய உண்மையான நலனுக்காக இருக்கும். நம் எதிர்காலத்தைப் பற்றிப் பேசுவார். உயர்ந்த நம்பிக்கைகளைத் தெரிவிப்பார். ஆலோசனைகள் கூறுவார். வேலை பற்றிய குறைகளைக் கமெண்ட் அடித்து நம்மை ஒருபோதும் மட்டம் செய்யமாட்டார் - அதுவும் அடுத்தவர் முன்னிலையில், நமக்கு மதிப்பளித்து, நமக்குப் பெருமை சேர்த்துப் பேசுவார், செய்வார். எவரிடமும் நம்மை விட்டுக் கொடுக்கமாட்டார்.

அதே சமயம் நாம் எப்படி, எதைத் தவறவிட்டோம்... அதன் விளைவுகளைச் சொல்லி, நாம் எப்படி அதைச் சரி செய்யலாம் என்பதை ஒரு சகோதரன் போல, உண்மையான நண்பனைப் போல விளக்குவார். இவையெல்லாம் எவரும் எந்த நபரிடத்திலும் பயன்படுத்தக் கூடியவையே.

வாழ்க்கையில் வெற்றிபெற இந்தப் பழகும் தன்மை உதவும்.

4. மற்றவர் உதவி பெறலாம்

அடுத்தவர்களின் கவனத்தைக் கவர வேண்டிய தேவை அனைவருக்குமே இருக்கிறது. காதலராக, மற்றொருவருக்குக் கீழ் பணிபுரிபவராக அல்லது உதவியை எதிர்பார்ப்பவராக என்று யாராக இருந்தாலும் யாரோ ஒருவரின் அல்லது சிலரின் கவனத்தை ஈர்த்தாக வேண்டியிருக்கிறது. அடுத்தவரின் அனுசரணை அல்லது உதவி ஏதோ ஒன்று தேவைப்படுகிறது.

அதைப் பெறுவது எப்படி? எல்லாம் நேரங்களிலும் நாம் எதிர்பார்ப்பது கிடைத்துவிடாது. அவர்கள் கவனம் நம் பக்கம் திரும்பாது. சில சமயம் அவர்கள் மிகவும் 'பிஸி'யாக இருப்பார்கள். நம்மை ஒருமுறை சந்திக்கக்கூட நேரம் தரமாட்டார்கள். என்ன செய்யலாம்?

முதலில் அவர்கள் ஏன் நம்மைக் கவனிப்பதில்லை, நமக்கு நேரம் தருவதில்லை, நம்மோடு பேசுவதில்லை என யோசிக்க வேண்டும். அவர்கள் நம்மைக் கவனிப்பதில் நம்மோடு நேரம் செலவழிப்பதில் அக்கறை காட்டாததற்குக் காரணம், அவர்கள் கவனம் வேறு ஏதோ விஷயத்தில் இருப்பதுதான். நம்மைவிட முக்கியமான சிலவற்றின் மீது அவர்கள் கவனம் இருக்கிறது என்பது உண்மை.

இதை நாம் எப்படிச் சரி செய்யமுடியும்?

நல்ல கேள்வி.

ஒருவர் திரைத்துறையில் உதவி இயக்குநராக விரும்புகிறார். பெரிய இயக்குநரிடம் உதவியாளராக சேர நினைக்கிறார். ஆனால், அந்த இயக்குநரோ இவரைச் சந்திக்க நேரம் கொடுக்கவே யில்லை. ஓராண்டு ஓடிவிடுகிறது. இவரைப் போல எத்தனையோ நபர்கள் அந்த இயக்குநரைச் சந்தித்து வாய்ப்புக் கேட்க விரும்புகிறார்கள். அவர்கள் அனைவரையும் பெரிய இயக்குநர் ஏன் சந்திக்கவேண்டும். அவர் அவருடைய மதிப்புமிக்க நேரத்தை இதில் செலவிட வேண்டுமா என்ன?

அலுவலகங்களில் பொருள் உதவி கேட்டு, வேலை வாய்ப்பு கேட்டு, இன்னும் எத்தனையோ விதமான உதவிகள் கேட்டுப் பலர் காத்திருக்கிறார்கள். அவர்கள் அனைவருக்கும் வாய்ப்புகள் கொடுக்கப்படுவதில்லை. கடிதங்கள் எழுதுகிறார்கள். பதில் இல்லை. இதெல்லாம் இயற்கைதான்.

நாம் செய்கிறோமா? நம்மைச் சந்திக்க வருகிறவர்களை எல்லாம் சந்தித்து அவர்கள் கேட்கிற உதவியெல்லாம் செய்து கொடுக்கிறோமா என்றால்... ஹூம் ஹூம் சாத்தியமில்லை. பின்பு எப்படித்தான் நமக்கு வேண்டியதைச் சாதித்துக் கொள்வதாம்?

முடியும். அதற்கும் வழி இருக்கிறது.

நமக்கு என்ன தேவை என்று யோசிப்பதைக் கொஞ்சம் நிறுத்தி விட்டு, நாம் யாரிடம் வேலையை முடித்துக்கொள்ள நினைக்கிறோமா அவர்களுக்கு என்ன தேவை என்று யோசித்தால் முடியும்.

சில ஆண்டுகளுக்கு முன்பு நடந்தது இது. MBA பயிலும் ஒரு மாணவர், என் நண்பருக்கு வேண்டியவர், அந்த நண்பரால் எனக்கு அறிமுகமானவர். அவர் படிக்கும் பாடம் சம்பந்தப்பட்ட ஒரு பிராஜெக்ட் வேலைக்கு சில ஆலோசனைகளும் ரிசர்ச் டிசைன் முடிவு செய்வதில் உதவியும் வேண்டும் எனத் தொலைபேசியில் தொடர்புகொண்டு கேட்டார்.

'நேரில் வாங்க பேசலாம்' என்ற சொல்லிவிட்டேனே தவிர, எனக்கிருந்த மற்ற பிரச்னைகளின் அழுத்தத்தால், பிறகு, பிறகு என்று அவரைக் கொஞ்சம் இழுத்தடித்துவிட்டேன்.

ஒருமுறை நான் இல்லாதபோது, போன் பண்ணிய அந்த மாணவன் என் உதவியாளர் மூலம், நான் என்னுடைய புதிய புத்தகத்தின் புரூப்

பார்க்கப் போயிருப்பதைத் தெரிந்துகொண்டிருக்கிறான். உடன் நான் எழுதிய முந்தைய புத்தகங்களை வாங்கிப் படித்து முடிக்கிறான். அந்த இரு புத்தகங்களைப்பற்றி விரிவான, உண்மையான விமர்சனம் ஒன்றை மூன்று பக்கங்களுக்கு எழுதி, ‘இன்னும் நிறைய இருக்கு சொல்வதற்கு’ என்று முடித்து, அதை உடன் கூரியர் தபாலில் அனுப்பியிருந்தான்.

அந்தக் கடிதத்தைப் படித்த எனக்கு மிகவும் மகிழ்ச்சியாக இருந்தது. அவன் எழுதியிருந்த பாராட்டுகள் உண்மையானவை. மாற்றலாம் என நாசுக்காக சுட்டிக்காட்டியிருந்தவையும் ஏற்கத் தக்கவையாகத் தெரிந்தன.

அதன் பிறகு அன்றுதான் அவன் போன் நம்பரை முதன் முதலாகத் தேடினேன். நானே அழைத்தேன், பேசினான். வரச் சொன்னேன். அவன் இன்னும் விரிவான விமர்சனத்துடனும், என் புத்தகத்தைப் போன்ற மற்ற ஆசிரியர்களின் புத்தகங்களையும் வாங்கி வந்திருந்தான். விவாதம் மிக சுவாரஸ்யமாகிவிட்டது. உடன் கொஞ்சம் குற்ற உணர்வு. சே! இவன் எத்தனை முறை போன் பண்ணினான் அவன் தேவைக்காக! அதன் பிறகு, அவன் பிராஜக்ட் விஷயத்தை மிகச் சீரியசாக எடுத்துக் கொண்டேன். இரவு பத்து மணி முதல் நள்ளிரவு 1, 2 வரை விவாதித்து, ஆலோசனைகள் கூறி, என் வீட்டில் இருந்த புத்தகத்திலிருந்து அவன் ஆராய்ச்சி சம்பந்த மான புத்தகங்கள், குறிப்புகளைச் சிரமப்பட்டுத் தேடிக் கொடுத்தேன். அவன் பிராஜக்ட் மிகச் சிறந்த முறையில் அமைந்தது.

அவன் ஆரம்பத்தில் என்னைத் தொடர்புகொள்ள முயன்று தோல்வியுற்றது பழைய கதையாகிவிட்டது. அவன் தொடர்ந்து பலவிதங்களில் முயன்று அற்புதமாகச் சாதித்துவிட்டான் அல்லவா!

அந்த மாணவன், தன் தேவையை மட்டும் யோசிக்காது, அவன் யாரிடம் உதவி எதிர்பார்க்கிறானோ, அவரை அதாவதுஎன்னை அவன் பக்கம் திரும்ப வைத்திருக்கிறான். என்னிடம் நான் உனக்குக் கடன்பட்டிருக்கிறேன் என்னும் மனநிலையான 'I Owe You' என்ற எண்ணத்தை உருவாக்கினான். அதனால் சாதித்தான்.

அடுத்தவர்களைப் புரிந்துகொள்ளுதல், அவர்களுக்கு உதவி செய்தல் முதலியவை முக்கியமானவை. அவை நமக்கு வெற்றியை ஈட்டித் தரும்.

முன்னாள் பிரதமர் வாஜ்பாய்க்குக் கவிதைகள் மீது ஆர்வம். முன்னாள் குடியரசுத் தலைவர் அப்துல் கலாமுக்குப் பள்ளிக் குழந்தைகளுடன் கலந்து பேசுவதில் மகிழ்ச்சி. சிலருக்கு ஸ்போர்ட்ஸ், வேறு சிலருக்கோ கம்ப்யூட்டர்கள்.

பாண்டிச்சேரியில் மிகப் பெரிய பதவியில் ஒரு அரசு அதிகாரி இருந்தார். அவரை யாரும் எளிதில் சந்தித்துவிட முடியாது. ஆனால், என் நண்பர் ஒருவர் நிறுவனத்தின் மனித வள மேம்பாட்டு மேலாளராகப் பணிபுரிகிறார். அவர் இந்த அதிகாரியைச் சந்திக்கச் சொல்லுவார். தன்னுடைய 'விசிட்டிங் கார்டை' கொடுத்து அனுப்புவார். உடன் அறைக்குள் வர அழைப்பு வரும். பின்பு என் நண்பர் வேலை முடிந்தது என்ற கிளம்பினாலும் அவர் விடமாட்டார். அவர்களுக்குள் பொதுவான ரசனைக்குரிய விஷயங்கள் அதிகம். என் நண்பரும் அவருக்கு வேலை இருந்தாலும் கிளம்பமாட்டார். அந்த அதிகாரியுடன் அவர் சம்பந்தப்பட்ட விஷயங்களைப் பேசுவார்; விவாதிப்பார். அவர் கவனம் இவர் மேல்...!

பெரிய பதிப்பகத்தின் உரிமையாளர் அவர். போனில் எளிதில் வரவே மாட்டார். அவருடன் பேச வேண்டும் என்று தொலைபேசியில் அழைத்தால் யார் என்று கேட்டுவிட்டு, அவர் அலுவலகத்தில் அவர் 'பிஸி' என்று சொல்லிவிடுவார்கள். விடக் கூடாது. நமக்குத் தேவைப்படுகிறது. அதனால், அவர்கள் Area of Interest என்ன என்பதைக் கண்டுபிடிக்க வேண்டும்.

அவர் அந்தப் பதிப்பகத்தின் உரிமையாளர். சிறந்த பேச்சாளர். ஒருமுறை சென்னைக் கலைக்கல்லூரியில் நடந்த புத்தகக் கண்காட்சியில் அவரைப் பேச அழைத்திருந்தார்கள். விவரம் வானொலியில் சொல்லப்பட்டது. அவரைச் சந்திக்க முயன்று தோல்வியடைந்துகொண்டிருந்த என் நண்பர், அந்த வானொலி அறிவிப்பைக் கேட்டிருக்கிறார். முயன்று அந்தப் பேச்சைக் கேட்கக் கலைக்கல்லூரிக்குச் சென்றார். அங்காவது அவரைப் பார்க்கலாமே, அது பொதுக் கூட்டம்தானே என்று.

அவருடைய முழுப்பேச்சையும் கேட்டார். பேச்சு அவருக்கு மிகவும் பிடித்துவிட்டது. வீடு வந்தார். இரவு மணி 9.30. பதிப்பகத்தை மூடிவிட்டிருப்பார்கள். அதுவும், அவர் பொதுக் கூட்டத்துக்குப் பிறகு, பதிப்பகத்துக்கா வந்திருக்கப் போகிறார் என யோசித்தாலும் அவர் விரல்கள் பதிப்பகத்துத் தொலைபேசி எண்களைத் தன்னால் அழுத்திவிட்டன. என்ன ஆச்சர்யம்! தொலைபேசியின் மறுமுனையில் அவர்!

‘உங்க பேச்சை புத்தகக்காட்சியில் கேட்டேன். அற்புதம். சிந்திக்கத் தூண்டிச்சு...’

‘ஹலோ... நீங்க யாரு... கூட்டத்துக்கு வந்திருந்தீங்களா, என்ன?’

பிறகு அவர்கள் இருவரும் சுமார் 30 நிமிடம் தொடர்ந்து பேசினார்கள். அந்தப் பொதுக்கூட்டப் பேச்சைப் பற்றிய உண்மையான விமர்சனத்தை என் நண்பர் சொல்லச் சொல்ல... பதிப்பக உரிமையாளரும் அதில் ஆர்வமாகிவிட்டார். அது அவருக்குத் தேவைப்படும் விஷயம். எவரிடம் இருந்து அது வந்தால் என்ன? அவருக்கு அது தேவை. அதை நாம் கொடுக்கிறபோது அவர் நேரம் நமக்குத் தாராளமாகக் கிடைக்கிறது.

‘நீங்கள் இப்ப சொன்ன விஷயங்களையே அப்படியே ஒரு லெட்டராக எழுதி அனுப்புங்களேன்’.

மறுநாளே அந்தக் கடிதம் கூரியரில் அவரை அடைந்தது. அதற்குப் பிறகு அவர்களிடையே நடந்த சந்திப்புகள் இருவர் தேவை களையும் நிறைவு செய்வதாக அமைந்தன.

கிளட்சை அழுத்தி கியர் போடுவது போலத்தான் இதுவும்.

அவரவர் அவரவர் பயணத்தில், வேகத்தில் அவரவர் இலக்குகளை நோக்கிப் போய்க்கொண்டிருக்கிறார்கள்.

அவர்கள் உங்களுக்கு நிச்சயம் உதவுவார்கள் - அவர்கள் உங்களைக் கவனிக்கிறபோது.

அவர்கள் உங்களைக் கவனிப்பது அவர்களின் கடமையல்ல... கவனிக்காதது குற்றமும் அல்ல. வெறுமே அவர்களையும், உலகத்தையும் திட்டிக்கொண்டிருப்பதால் எந்தப் பலனும் இல்லை.

அவர்கள் கவனத்தைக் கவர நாம் முயற்சி செய்யவேண்டும்.

சரியான முயற்சிகள் நிச்சயம் வெற்றியளிக்கும்.

5. பிறந்தநாள் கொண்டாட்டம்

‘நான் என்ன பெரிய அரசியல் தலைவரா சினிமா நடிகரா பிறந்த நாள் கொண்டாட..? என்னால் இதற்கெல்லாம் லீவு போட முடியாது. வேலைக்குக் கட்டாயம் போக வேண்டும்’ என்றேன்.

என் மனைவி விடுவதாக இல்லை. இதில் வேடிக்கை என்னன்றால், அவளுடைய ஒவ்வொரு பிறந்த நாளும் எனக்கு மறந்து போகும். ஒவ்வொரு பிறந்த நாளின்போதும் அன்றைய தினம் அவளுடைய நடவடிக்கைகளின் வித்தியாசமும் புரியாது, வசமாக மாட்டிக்கொண்டிருக்கிறேன்.

ஆனால், என் பிறந்த நாளோ அவளுக்கு ஒரு மாதம் முன்பிருந்தே நினைப்பிலிருக்கும். பிறந்த நாளின் போது சிறு சிறு பரிசுகள் கொடுத்து வியப்பில் ஆழ்த்தி மகிழ்வாள்.

இந்த முறை என் பிறந்த நாள் பற்றிய அவளுடைய கோரிக்கை வித்தியாசமாக இருந்தது. ‘சிவானந்த ஆசிரமம் போக வேண்டும். அன்றைக்கு அங்குள்ள ஆதரவற்ற அத்தனை குழந்தைகளுக்கும் இனிப்பு கொடுக்க வேண்டும்’ என்பதாக இருந்தது.

‘அந்தக் குழந்தைகளுக்கு இனிப்பு கொடுப்பது நல்ல யோசனைதான். ஆனால், அன்றைக்குக் காட்டாங் குளத்தூர் போய்விட்டு அதன் பிறகு ஆபீஸ் போக

முடியுமா? அலுவலகத்தில் முக்கிய வேலைகள் இருக்கின்றன. முடிந்தால் பார்க்கலாம்' என்றேன்.

அவள் விடுவதாக இல்லை. இங்குமங்கும் விசாரித்து, மைலாப்பூரி லேயே அப்படிப்பட்ட குழந்தைகள் காப்பகம் ஒன்று இருப்பதைக் கண்டுபிடித்துவிட்டாள்.

'விடிகாலையிலேயே அங்கே போய்க் கொடுத்துவிட்டு, பின்பு நீங்கள் அலுவலகம் போகலாம்.'

ஒப்புக்கொண்டே 'லேட்டு மட்டும் ஆச்சு... பார்த்துக்கொள்' என்ற எச்சரிக்கையுடன்!

பிறந்த தினம். விழித்ததும், மனைவி, குந்தைகளின் வாழ்த்துகள்; தந்தையிடன் டெலிபோன் வாழ்த்து; ஆண்டாண்டாய் மறக்காது சொல்லும் நண்பர்கள் ஓ. வரதராஜன், திருச்சி எஸ். மோகன், கணபதி சுப்பிரமணியம் முதலியவர்களின் வாழ்த்துகள்.

கோவில் சென்றுவிட்டு, குழந்தைகள் காப்பகம் செல்வதாய் ஏற்பாடு. 'நீங்கள் சாமி கும்பிட்டுட்டு வர்றதுக்குள்ள டிபனை வாங்கிக்கிட்டு வந்திடறேன்'. சென்றாள், வந்தாள், இரண்டு கைகளிலும் கனமான பைகளுடன்.

ஒரு மாட வீதிக்குள் இருந்தது அந்த இல்லம். கைகளில் பைகளைப் பார்த்ததும், புரிந்துகொண்டு மாடியைக் காண்பித்தார்கள். மாடி வாசலின் சொரசொரப்பான சிமிண்டு தரையை ஒரு பத்து வயதுச்

சிறுவன் பெருக்கிக்கொண் டிருந்தான். அங்கிருந்த சின்னச் சின்ன செருப்புகள் அழகாக வரிசையாக அடுக்கி வைக்கப்பட்டிருந்தன.

எங்களைப் பார்த்ததும், துடைப்பத்தைச் சுவர் ஓரமாக வைத்துவிட்டு உள்ளே போனான். ஒரு நடுத்தர வயதுப் பெரியவர் வந்தார்; அழைத்தார். அமரும்படி அழுக்காய் இருந்த, உடைந்த வெள்ளை பிளாஸ்டிக் நாற்காலிகளைக் காட்டினார்.

எங்களைக் கண்டதும் அங்கு பரபரப்பு தொற்றிக்கொண்டது. எல்லாம் 7 முதல் 16 வயது வரையிலான பையன்கள். ஆதரவற்றவர்கள்.

சுவர் ஆணிகளில் அவர்களுடைய நைந்து போன சட்டைகள்! சுவர் ஓரங்களில் புத்தகம் அடைத்த அழுக்குப் பைகள், டிரங்குப் பெட்டிகள், ஜன்னலில் ரசம் போன கண்ணாடி, பல பற்கள் உடைந்த சீப்பு.

அவசரம் அவசரமாக முகம் கழுவிக்கொண்டு தங்கள் பள்ளிச் சீருடைகளை அணிந்துகொண்டு வந்தார்கள்.

இருப்பதிலேயே பெரிய பையனை அழைத்து விசாரித்தேன். அப்பா இல்லை; அம்மா மட்டும் ஊரில் இருக்கிறார். வந்து எட்டு ஆண்டுகளாகின்றன. பத்தாவது படிக்கிறேன். அவனோடு இருப்பவர்கள் பல்வேறு பள்ளிகளில் படிக்கி றார்கள்.

அடுத்து, இருப்பதிலேயே சின்னப் பையனை அழைத்தேன். மிகவும் ஒல்லியாக இருந்தான். 'டிரவுசர்' இடையில் நிற்க வில்லை. தனக்காகச் சட்டை போட்டுக் கொள்ளத் தெரியாதது தெரிந்தது. பேச்சும் சரியாக வரவில்லை.

பின்பு, அனைத்துப் பையன்களும் வரிசையாகத் தரையில் அமர்ந்து, சுவாமி பாட்டுப் பாடினார்கள். கண்களை மூடி, கை குவித்து, மனது லயித்து, கவனச்சிதறல் ஏதுமின்றிப் பாடினார்கள்.

அவர்களையே உற்றுக் கவனித்தேன். கண் கலங்கியது. மனத்தை என்னவோ செய்தது. இவர்கள் செய்த தவறுதான் என்ன? எவ்வளவோ நபர்களுக்குக் கிடைக்கும் அடிப்படை வசதிகளும், பெற்றோரின் அன்பும், அரவணைப்பும் இவர்களுக்கு ஏன் மறுக்கப்பட்டிருக்கிறது?

தெரியவில்லை.

நாளைக்கு இவர்களும் பெரியவர்களாகி இந்த உலகத்தில் வாழப் போகிறார்கள். இந்த உலகத்தைப் பற்றிய இவர்களுடைய மதிப்பீடு, அணுகுமுறை எப்படியிருக்கும்!

அந்த ஒல்லியான சிறுவனுக்குப் பாட வரவில்லை. மற்றவர்கள் பாடுவதை மலங்க மலங்கப் பார்த்தபடி, அவனும் வெறுமனே வாயசைத்தான்.

பாடி முடித்ததும் கண் திறந்தார்கள். ‘நீங்க கொடுக்கலாம்’ என்றார் அந்த நடுத்தர வயதுக்காரர் - எங்களைப் பார்த்து.

முதலில் இனிப்பு சோமாஸ் கொடுத்தோம். ஒவ்வொரு பையனும், இரு கைகளாலும் பெற்றுக்கொண்டு, உண்மையோடு நன்றி சொன்னார்கள்; சிலர் பார்வையாலேயே! நெகிழ்ந்துவிட்டோம். பின்பு, இளம் சூடாய் இருந்த டிபன் பொட்டலம். பிரித்தார்கள். சாப்பிடத் தொடங்கினார்கள். அந்தச் சிறுவனுக்குப் பொட்டலம் பிரிக்க, அடுத்து அமர்ந்திருந்தவன் உதவினான்.

சுவரில் மாட்டியிருந்த பழைய சாவி கொடுக்கும் கடிகாரம் ‘டங்...’ என்ற ஒற்றை மணியடித்து எனக்கு அலுவலகத்தை நினைப்பூட்டியது.

‘நன்றாகப் படியுங்கள்’ என்று மட்டும் சொல்லிவிட்டுக் கிளம்பினோம்.

மனதும் நிறைவாக இருந்தது. திரும்பி வருகையில், மனைவிக்குப் பலதரம் நன்றி சொன்னேன். ‘நான் சொன்னா, எதைத்தான் கேக்குறீங்க...’ என்றாள் மிகச் சாதாரணமாக.

அலுவலகத்தில் பிறந்த நாள் வாழ்த்துச் சொல்லி, ‘டிரீட் கேட்டார்கள். முடியாது என்றேன். காலையிலேயே ‘பார்ட்டி’ முடிந்துவிட்டது என்றேன், வேண்டுமென்றே உள் நோக்கத்தோடு.

’என்ன என்று கேட்கட்டுமே; சொல்வோமே இந்த அனுபவத்தை; பலரும் செய்யட்டுமே இதுபோல’ என்ற எண்ணத்தோடு.

இதிலும் எனக்கு வியப்பே காத்திருந்தது. நான் விவரம் சொல்லிய ஏழு பேரில், நான்கு பேர் இதேபோன்ற தங்கள் அனுபவத்தை எனக்குச் சொன்னார்கள்.

‘செங்கல்பட்டிலிருக்கும் தொழுநோய் இல்லத்துக்குச் சென்று செய்திருக்கிறேன்.’

‘பாண்டிச்சேரியில் உள்ள மனநிலை பாதிக்கப்பட்ட பெண்கள் காப்பகம் சென்று கொடுத்துள்ளேன்.’

‘வித்யாசாகரின் உதவும் கரங்களுக்கு…’

‘பிறந்த நாள் தோறும் ரத்ததானம் செய்வேன்…’ வெட்கமாக இருந்தது. இதைச் செய்வதற்கு எனக்கு இத்தனை நாளானதற்கு!

பகிர்வதில் இத்தனை இன்பம் இருக்கிறதா? பின்புதான் நினைவு வந்தது - திருச்சிராப்பள்ளியில் இயங்கி வரும் ‘சந்திப்பு’ என்ற அமைப்பைப் பற்றியும், அவர் இப்படிப் பல கிராமங்களுக்குச் செய்து வரும் உதவிகளைப் பற்றியும்.

தேவையுள்ளவர்கள், ஆதரவு - வாய்ப்பு அற்றவர்கள் எவ்வளவோ பேர் நம்மோடு இருக்கிறார்களே! அவர்களுக்காக இல்லங்கள் நடத்துபவர்களை நினைத்தால் பெருமையாக இருக்கிறது.

அரசாங்கம் மட்டுமே செய்ய இயலாது என்பதை உணர்ந்து, எவ்வளவு தனி நபர்கள், தன்னார்வத் தொண்டு நிறுவனங்கள் இவற்றை அமைதியாக, விளம்பரமின்றி செய்து வருகின்றன!

அவர்கள் எல்லாம் நன்றாய் வாழட்டும்; மேலும் மேலும் பிறருக்கு உதவட்டும். நாமும் நம்மால் இயன்ற அளவு இவர்களுக்குத் தோள் கொடுப்போம்.

பெற்றவர்கள் பிறந்த நாளா? அவர்களைக் கௌரவித்து அவர்களிடம் நல்லாசி பெறுவது; குழந்தைகள் பிறந்த நாளா? அவர்களை மகிழ்வித்து, நல்ல செய்திகள் சொல்லுவது; நம் பிறந்த நாளா? தேவையுள்ளவர்களுக்குச் சரியான உதவி என்ற ‘பிறந்த நாள் கொண்டாட’ ஒரு கொள்கையே வைத்துக் கொள்ளலாம் என்று தோன்றுகிறது. என்ன சொல்கிறீர்கள்?

6. இருக்கும் மகிழ்ச்சியை விட்டு இல்லாத கவலை தேடி…

நண்பர்கள் வீட்டினுள் நுழையும்போதே மாமியின் குரல் சத்தமாகக் கேட்டது.

‘இந்த வீட்ல ஒண்ணுஞ் சரியில்லை… அதது… அதது வேகத்துல போய்க்கொண்டு இருக்கு… நான் ஒருத்தி முட்டாள் மாதிரி உட்கார்ந்துகொண்டு இருக்க வேண்டியதுதான்…’

நண்பர் வீடு என்பதால் உள்ளே போய் சோபாவில் அமர்ந்தேன். என் நண்பர் டாக்டர் சேகரின் வீடு அது. ‘ஏங்க அவர் உள்ள இருக்காரா?’

‘அவர் எங்க வீட்டில தங்குறார்? நல்லா எங்கப்பா ஒரு டாக்டருக்கு என்னைக் கல்யாணம் பண்ணி வெச்சார். ராத்திரியில்ல பகலில்ல… வீட்டில தங்குறதில்ல… அவங்களுக்கு அவசரம்… இவங்களுக்கு இழுத்துடுச் சுன்னு வந்து கூப்பிட்டுக்கொண்டு போய் விடுகிறார்கள். இவரும் ஓடிவிடுகிறார்…’

மாமியின் முகத்தில் உண்மையான வருத்தம். பாவம். எதிர் சோபாவில் அமர்ந்தார்.

‘உங்க பொண்ணு இருப்பாளே!’ நான்.

‘அவ, அவள் அப்பாவைவிட ஒருபடி மேல… காலையிலிருந்து ‘டைம் டேபிள்’ போட்டுக்கொண்டு வெளியில போயிடுறா… காலையில் இந்தி டியூஷன். அப்புறம் ஸ்கூல்… அஞ்சரை மணிக்குக் கராத்தே…

அப்புறம் டான்ஸ் கிளாஸ்... சாப்பிடுற நேரத்துக்குத்தான் வீட்ல பாக்கலாம்.'

அவர்கள் கொடுத்த வாசனையான காப்பியைச் சாப்பிட்டுக் கொண்டே கொஞ்ச நேரம் பேசிக்கொண்டிருந்தேன்.

ஏகப்பட்ட வருத்தங்கள். தான் தனியாகவே வீட்டிலிருக்க வேண்டியிருக்கிறது; பொழுதே போகமாட்டேனென்கிறது; ஒருவருக்கும் அவர்களைப் பற்றி அக்கறையில்லை.... வாழ்க்கையையே வெறுத்துவிட்டிருந்தார்கள்.

சமாதானமாய்ச் சிறிது நேரம் பேசிக்கொண்டிருந்துவிட்டு வெளியில் இறங்கி நடந்தேன். என்னால் நம்பவே முடியவில்லை. இவ்வளவு உயர்ந்த மனிதர் டாக்டர் சேகரின் மனைவி இவ்வளவு வருத்தமாய் இருக்க முடியுமா?

அவர்கள் உண்மையான வருத்தத்தில் இருந்ததை என்னால் உணர முடிந்தது. ஏன் இப்படி வருத்தம்? மேலும் யோசித்தேன். டாக்டர் சேகரின் மனைவிக்கு என்ன கவலை..?

நகரிலே நல்ல ஏரியாவில் சொந்த வீடு. நல்ல கார். படித்த, நன்கு சம்பாதிக்கும், அழகான கணவன். எனக்குத் தெரிந்து, மனைவிமீது உயிரையே வைத்திருப்பவர். கெட்ட பழக்கங்கள் ஏதுமில்லாதவர். ஒரே பெண். படுகெட்டிக்காரி. படிப்பு மட்டுமின்றி எல்லா

வற்றிலும் நன்கு பரிமளிப்பவள். குடும்பத் தகராறு, அது இது என்று எந்தப் பிரச்னையும் இல்லை. இருந்தும்... கவலைப்படு கிறார்கள். அவர்களைப் பொறுத்தவரை ஒரு காரணமிருக்கிறது... 'யாரும் வீட்டில் தங்குவதில்லை. தன்னோடு இருக்கவில்லை'. இந்த நினைப்பு அவர்கள் மனதை மிகவும் அரித்துக் கொண்டிருக்கிறது.

அவர்களைச் சந்தித்து ஒரு வாரமிருக்கும். 'வங்கிக்கு போவதற் காக வீட்டிற்கு வெளியில் வந்ததும் கணேசனைப் பார்த்தேன். கணேசனும் நண்பர்தான். ஒரு தனியார் நிறுவனத்தில் கிளார்க்காய் இருக்கிறார்.

'ஹலோ கணேசன். எங்க இந்தப் பக்கம்...!'

'ஒரு வரவு வந்தது. பணத்தைக் கணக்கில காட்டணும். அதான்.'

'என்ன நடந்தே வர்றீங்க? உங்ககிட்ட வண்டி இருக்கில்ல !'

'நோ... நோ... நான் இன்னும் வண்டி வாங்கல்ல.'

'ஏன் உங்க கம்பெனில கடன் குடுப்பாங்களே!'

'இல்ல... எங்க கம்பெனில கிடையாது...'

'சே! என்ன கம்பெனி சார் உங்களது. வேலை மட்டும் வாங்குறாங்க...'

'அப்படிச் சொல்லாதீங்க. வண்டி இல்லன்னா என்ன...? நடந்துட்டுப் போறோம். உடம்புக்கும் 'எக்ஸர்சைஸ்' மாதிரி ஆச்சு பாருங்க...' சிரிக்கிறார். நான் விடவில்லை. தொடர்ந்து கேட்டேன்.

'சம்பளமும் குறைவாகத்தான் இருக்கும். சிரமம்தான். ஆமா... உங்க மனைவி படிச்சவங்கதானே! வேலைக்குப் போறாங்களா?'

'இல்லை... அவங்களுக்கு அது பிடிக்கல்ல...'

'என்ன சார் இது? இந்தக் காலத்துல ரெண்டு பேர் சம்பாதித்தாலே பத்தாது... உங்க மனைவி என்னடான்னா?'

'அவுங்க வேலைக்குப் போகலைன்னா என்ன?... அதுவும் நல்லதுக்குத்தான். குடும்பத்தைக் கவனிச்சுக்குறாங்களே! அதுவும் தேவையானதுதானே?' சிரித்தார்.

பேங்குக்குள் அவசரமாய் நுழைந்தோம். பின்னே! மணி ஒன்றாகப் போகிறதே! கவுண்ட்டர் மூடிவிடமாட்டார்களோ! நான்

அங்கிருந்த ஒரு சேரில் அமர்ந்துகொண்டேன். நண்பர் கணேசன் வரிசையில் நின்றார்.

அவர் முறை வந்து கவுண்ட்டருக்குள் கையை விடும்போது மணி ஒன்றாகிவிட்டது என்று கவுண்ட்டரை மூடப் போனார்கள்.

கடிகாரத்தில் மணியைப் பார்த்துவிட்டு ஏதும் சொல்லாது திரும்ப எத்தனித்தார். என்ன நினைத்தாரோ அந்த கவுண்ட்டர் பெண் கணேசனை அழைத்துப் பணத்தைப் பெற்றுக்கொண்டார்.

கணேசன் சொல்வது தூரத்திலிருந்து என் காதில் விழுந்தது.

'கரெக்ட்தாங்க.... இன்னைக்கு நான், நாளைக்கு வேறொருவர்... இப்படியே தினம் தினம் யாராவது கடைசி நேரத்துக்கு வந்து நின்றால் உங்களுக்கும் ஒரு நாளைப்போல கவுண்ட்டர் டயத்தைத் தாண்டியும் சாப்பிடாம வேலை செய்யறமாதிரி ஆயிடுமில்லியா?'

இவரின் இந்த அணுகுமுறைதான் இவருடைய மகிழ்ச்சிக்குக் காரணமோ!

டாக்டர் சேகரின் மனைவிக்கு இருக்கும் சந்தோஷங்களை பட்டியல் போட்டதுபோல, கணேசனுக்கு இருக்கும் கஷ்டங்களைப் பட்டியல் போட்டுப் பார்க்க மனது விழைந்தது.

நிரந்தரமில்லாத தனியார் கம்பெனி வேலை. கைக்கும் வாய்க்கும் சரியாய்ச் சம்பளம். வாடகை வீடு. வண்டி இல்லை, வீட்டில் பிரிஜ் இல்லை. அதிக சேமிப்புகளும் இல்லை.

இவ்வளவும் இல்லாமலும்... 'ஓவர் டைம்' பார்த்து, அதிக நேரம் ஆபீஸில் தங்கிப் பணம் சம்பாதிக்க வேண்டிய கட்டாயம்.

இருந்தும் மகிழ்ச்சி, சந்தோஷம், சிரிப்பு. இது எப்படி சாத்தியம்?

ஆக எவ்வளவு சந்தோஷத்திலும், ஒருவரால் வருத்தத்தைக் கண்டுபிடித்துக் கவலைப்படமுடிகிறது. இன்னொருவரால் சிரமங்களூடேயும் நல்லவற்றைப் பார்த்து நிம்மதியாக இருக்க முடிகிறது.

எல்லாவற்றுக்கும் மனம் தான் காரணம். நடக்கும் விஷயங்கள், கிடைக்கும் பொருட்கள் அல்ல முக்கியம்; ஒவ்வொன்றையும் நம் மனம் எப்படி எடுத்துக்கொள்கிறது என்பதுதான் முக்கியம்.

யானைக்குத் தும்பிக்கை உண்டு. பறவைகளுக்குச் சிறகுகள் உண்டு. யானை தனக்குச் சிறகுகள் இல்லையே என்று நினைத்தால்

வாழ்நாள் முழுவதும் சோகத்திலேயே இருக்கவேண்டியதுதான். அதுபோல் பறவைகளும் தனக்குத் தும்பிக்கை இல்லையே என்று அழுதால் அழுதுகொண்டே இருக்கவேண்டியதுதான். இருப்பதை வைத்து சந்தோஷமாக வாழவேண்டும். இல்லாததை நினைத்து வருந்தக் கூடாது. இதுதான் எல்லா உயிர்களும் மவுனமாக நமக்குக் கற்றுக் கொடுக்கும் அரிய பாடம்.

7. நம் மகழ்ச்சியைத் தீர்மானிப்பது யார்?

நம்மைச் சுற்றி மற்றவர்களும் உலகமும் இருந்தாலும், நம் மகிழ்ச்சியை நாம்தான் தீர்மானிக்கிறோம். இந்தத் தினசரி வாழ்க்கையின் மகிழ்ச்சியை எதிர்பார்ப்புகள் என்ற கோணத்தில் இருந்து பார்க்கலாம்.

எதிர்பார்ப்புகள் இரண்டு வகை - ஒன்று பிறரிடம் நமது எதிர்பார்ப்புகள். மற்றது நம்மிடம் மற்றவர்களின் எதிர்பார்ப்புகள்.

பலருக்கு வாழ்க்கையில் பல விஷயங்கள் கைகூடாமல் போவதற்குக் காரணம், அவர்களே அவற்றைக் கேட்கவில்லை என்பதுதான்.

தனக்கு இது வேண்டும் என்பதைத் தெளிவாகச் சொல்ல மாட்டார்கள். மனதுக்குள் ஆசை, எதிர்பார்ப்பு இருக்கும். ஆனால் அதை வெளியே சொல்லப் பயம், தயக்கம். அடுத்தவர்களாகக் குறிப்புணர்ந்து, புரிந்துகொண்டு செய்யவேண்டும் என்று காத்திருப்பார்கள். பல சமயங்களில் இது நடக்காது. நம் எதிர்பார்ப்பை , தேவையைச் சொல்லி விடவேண்டும். அடித்துக் கேட்க வேண்டாமே தவிர, தெளிவாகச் சொல்லிவிடலாம்.

எனக்கு காமர்ஸ்தான் படிக்க வேண்டும்;

மாற்றல் செய்யும் பட்சத்தில் என்னைப் பெங்களூருக்கு மாற்றுங்கள்;

நீங்கள் விலைக்குக் கொடுப்பதாய்க் கேள்விப்பட்டேன், அந்த ரோஸ்வுட் மர பீரோவை எனக்குத் தரமுடியுமா?

நமக்கு வேண்டியவர்களாலேயேகூட, நாம் குறிப்பிட்டுச் சொல்லாது, நமக்குத் தேவையானதைத் தரமுடியாது.

ஒரு மணி நேரம்கூட எடுத்துக்க, ஆனா ஒரு தப்புக்கூட இருக்கக் கூடாது.

ஒரு நிமிஷம் கூட லேட்டா வரக்கூடாது எனக்கு.

இது விலை அதிகம், எனக்கு வேண்டாம்.

தேவையை எதிர்பார்ப்பை தெளிவாகச் சொல்லிவிடுங்கள். தட்டுங்கள் திறக்கப்படும், கேளுங்கள் கொடுக்கப்படும். கேட்காமலேயே எதிர்பார்த்தால் எப்படி? தெளிவாய்க் கேட்பதில் மனத்துணிவு போக, வார்த்தைப் பிரயோகங்களில் சிலருக்குப் பிரச்னை இருக்கிறது. ஒருவர் முடி வெட்டுகிற கடையில் மென்று, விழுங்கிச் சொல்கிறார், 'ஷார்ட்டா வெட்டுங்க...'

வெட்ட வேண்டியது கொஞ்சமா, விட்டு வைக்க வேண்டியது கொஞ்சமா?

சில ஆண்டுகளுக்கு முன்பு, திருச்சி பாரதிதாசன் பல்கலைக் கழகத்தில் எம்.ஏ. மாணவர்களுக்குப் பாடம் எடுக்க என்னைத் 'திடுமென அழைத்திருந்தார்கள். பாடத் திட்டம் (Syllabus) சம்பந்தப்பட்ட வகுப்பு அது. அலுவலகங்களில் மேலாளர்களுக்கு

விளக்குவதுபோல நடைமுறை உதாரணங்களைச் சொல்லி நான் விளக்கிக்கொண்டுபோக, பத்து நிமிடங்கள் சென்றிருக்கும்.

கடைசி வரிசையிலிருந்து ஒரு மாணவர் எழுந்து, 'சார், நீங்கள் வகுப்பு எடுக்கும் முறையில் எனக்குச் சம்மதமில்லை. இந்த முறைகள் நடைமுறைக்குச் சரி. ஆனால் எங்களுக்குத் தேர்வெழுத 'பாயிண்ட்ஸ்'தான் வேண்டும்' என்றார். அசந்து போனேன். பாராட்டி விட்டு, பின்பு அவர்கள் தேவைக்கு ஏற்ப மாற்றி எடுத்தேன்.

தனக்கு என்ன வேண்டும் என்று தெரிந்து இருத்தல், அதனைத் தயக்கமின்றி அதே நேரம் பண்போடு வெளிப்படுத்துதல் போற்றத்தக்க திறனல்லவா!

வரிசையில் நிற்கிறீர்கள், இடையில் நுழைகிறார்கள்; உங்களைக் கேட்காமலேயே உங்கள் பொருட்களைப் பயன்படுத்துகிறார்கள்; உங்களைக் கேலி செய்கிறார்கள்; உங்கள் உரிமையை மறுக்கிறார்கள்.

உங்களுக்கு இது பிடிக்கவில்லையென்றும், இப்படிச் செய்ய வேண்டாம் என்றும் சொல்லிவிட வேண்டும் - நேரிடையாக, வெளிப்படையாக. இது முரட்டுத்தனம் ஆகாது. விட்டுவிட்டால், இவையெல்லாம் திருப்பிக் கேட்காத கடன் போல ஆகிவிடும். வாய்மூடி மௌனியாக இருந்தால், மனதுக்குள் குமைந்து, மன உளைச்சலுடன், உடல் ஆரோக்கியத்தையும் கெடுத்துக்கொள்ள நேரிடும்.

நாம் மற்றவர்களிடம் எதிர்பார்ப்பதுபோல, மற்றவர்களும் நம்மிடம் பலவற்றையும் எதிர்பார்க்கிறார்கள்.

அந்த எதிர்பார்ப்புகளில் சில நியாயமானவையாக இருக்கலாம். சில கூடுதலான எதிர்பார்ப்புகளாக இருக்கலாம்.

மற்றவர்கள் தங்கள் எதிர்பார்ப்பை வெளிப்படையாகச் சொன்னாலும், அல்லது குறிப்பால் உணர்த்தினாலும் கூட, நாம் அதற்குத் தெளிவான மறுமொழி கொடுத்தால், பிரச்னைகள் குறையும். தேவையானவற்றைத் தெளிவாகச் சொல்லிவிடுதல் வேண்டும்.

தொடக்கத்திலேயே அதைச் சொல்லிவிட வேண்டும். காதலிக்க முற்படுபவனிடம், கடன் எதிர்பார்ப்பவரிடம், கெட்ட நோக்கத்துடன்

நெருங்க முயல்பவரிடம், அமைதியாக, அழுத்தமாக, தெளிவாகச் சொல்லிவிட வேண்டும்.

'என்ன நினைத்துக் கொள்வாரோ', 'பின்பு சொல்லிக் கொள்ளலாம்' என்கிற நினைப்புகள், சங்கோஜம், குற்ற உணர்வு போன்றவை பிரச்னைகளைத்தான் அதிகமாக்கும்.

பிரச்னை பிறரால் இல்லை. தயங்கும் நம்மிடம்தான் உள்ளது. பஸ்ஸில் போகிறோம். ஒருவர் புகை பிடிக்கிறார். புகை சிரமப்படுத்துகிறது. முனகிக்கொண்டு இருப்பதைவிட, எழுந்து போய், 'வேண்டாம்' என்று கத்தாமல் சண்டை போடாமல் அழுத்தமாகச் சொல்லுங்கள்.

தங்கள் உரிமையை விட்டுக் கொடுக்காது, அடுத்தவர் உரிமையையும் மதிப்பது போற்றத்தக்க குணாதிசயம். வாழ்க்கையில் சுய கௌரவத்துடனும், மகிழ்வுடனும் இருக்க, தனக்கு எது வேண்டும், எது வேண்டாம் என்பதில் தெளிவாக இருக்க வேண்டும். அதைத் தெளிவாகச் சொல்லத் தெரிய வேண்டும்.

மற்றவர்கள் நம்மிடம் என்ன எதிர்பார்க்கிறார்கள் என்பதைப் புரிந்துகொண்டு, இயன்றதைச் செய்து, இயலாததை இயலாது என்று சொல்லிவிட வேண்டும்.

ஆக, நம் மகிழ்ச்சியை நாம் தீர்மானிக்கிறோம்.

8. சைக்கலாஜிக்கல் ஆக்சிஜன்

நாமெல்லாம் உயிர்வாழ என்னென்ன தேவைப்படு கின்றன என நினைக்கிறீர்கள்? இது தெரியாதா... உணவு, உடை மற்றும் உறையுள் என குடியிருக்கும் வீட்டையும் சேர்த்து மூன்று என்பார்கள் பலர். உணவு, தண்ணீர், பிராண வாயு எனப்படும் ஆக்ஸிஜன் என்பார் சிலர்.

இன்னும் கொஞ்சம் கூடுதலாக விவரம் அறிந்தவர்கள், இவையெல்லாம் மட்டும் போதுமா? இவை தான் உயிர் வாழ அவசியமா... வேறு எதுவும் இல்லையா என்று கேட்கலாம். கேட்டார்கள் சில அறிஞர்கள்.

ஏன் என்ன என்று கேட்பதுதானே ஆறாவது அறிவு, பதில் கிடைத்ததா? கிடைத்தது. பதிலைத் தெரிந்து கொள்ள ஆவலாக இருக்கிறீர்களா.

1. நம் வீட்டில் உணவு உண்கிறோம். உணவைச் சமையல் செய்த மனைவி பரிமாறுகிறார். உணவு பரிமாறும் மனைவியை நிமிர்ந்து கூடப் பார்க்க வில்லை ; ஏதும் பேசவும் இல்லை. சாப்பிட்டு முடிக்கிறோம்; எழுந்து போகிறோம்.

2. ஒருவர் தான் எழுதிய கவிதையைப் படித்துப் பாருங்கள் என்று இன்னொருவரிடம் கொடுக் கிறார். அந்த இன்னொருவர் கவிதைத் தாளை வாங்கவும் இல்லை, அனுபவிக்கவும் இல்லை, அவர் முகத்தில் எந்தவித அசைவும் இல்லை.

3. நாம் பணி செய்யும் அலுவலகத்துக்குள் செல்கிறோம். எதிரில் நம்மோடு பணிபுரியும் பெண்மணி வருகிறார். அவரைப் பார்த்துப் புன்னகைக்கிறோம். அவர் முகத்தில் எந்தவித எதிர்வினையும் காட்டாது நம்மைக் கடந்து போகிறார். பக்கத்தில் வந்தவரிடம் இதைப் பற்றிக் குறைப் பட்டுக் கொள்கிறோம். அவர் அதைக் காதில் வாங்கியவ ராகவே தெரியவில்லை. பேசாது நடக்கிறார்.

இந்த மூன்று சம்பவங்களிலும் என்ன நடந்தது அல்லது எது நடக்கவில்லை என நினைக்கிறீர்கள்? ஒருவர் - அதாவது, சாப்பாடு பரிமாறுவதில் மனைவி; இரண்டாவதில் கவிதையைப் படிக்கக் கொடுத்தவர் மற்றும் மூன்றாவதில் நாம் ஆகிய மூவருமே ஏதோ ஒன்றைச் செய்தோம். ஆனால், உடன் இருந்த நபர் அதைக் கண்டுகொள்ளவே இல்லை. இல்லையா? Recognise பண்ணவும் இல்லை. React செய்யவும் இல்லை. அதாவது கண்டுகொள்ளவே யில்லை.

அதென்ன 'கண்டு கொள்ளுதல்'. சாப்பிடும்போது அது நன்றாக இருக்கிறது அல்லது இல்லை. உப்பு போதும், போதாது. சாப்பாடு போதும் அல்லது இன்னும் வேண்டும் அல்லது பரிமாறுபவர் முகம் பார்த்து ஒரு புன்னகை அல்லது கோபம். ஏதாவது ஒன்று செய்ய வேண்டுமல்லவா! ஏதும் செய்யாதுவிடுவதுதான் 'கண்டு கொள்ளாதது' ஆகும்.

இந்தக் கண்டுகொள்ளாமை கவிதை கொடுத்தவருக்கும் நிகழ்ந்தது. எதிரில் வந்த தெரிந்த பெண்மணியைப் பார்த்துப் புன்னகைத்தவருக்கும் நேர்ந்தது.

இந்தக் கண்டுகொள்ளுதலையும், கண்டோம் என்பதற்கு அடையாள மாக நம்மிடம் ஏதாவது ஒரு மாறுதலைக் காண்பிப்பதற்கும் ஒரு பெயர் இருக்கிறது. Spintz என்று ஒரு மனோதத்துவ அறிஞர் அதை 'Strokes' என்கிறார். கிரிக்கெட்டில் சொல்கிறோமே அது போல 'ஸ்டிரோக்'. ஒரு வெளிப்பாடு. அது பாராட்டுவதாக இருக்கலாம். எதிர்ப்பதாக இருக்கலாம். விமர்சிப்பதாகவும் இருக்கலாம். இவை எல்லாமே ஸ்டிரோக்குகள்.

இந்த 'ஸ்டிரோக்குகள்' மனிதர்களுக்கும் ஏன் பெரும்பாலான உயிரினங்களுக்கும் உணவு, நீர், பிராண வாயு போலத் தேவைப் படும் அத்தியாவசியமான விஷயம் என்கிறார் ஸ்பின்ட்ஸ். அதை உறுதியிட்டுச் சொல்லும் முன் பலவித ஆராய்ச்சிகளைச் செய்து தான் இந்த முடிவுக்கு வருகிறார்.

அவருடைய ஆராய்ச்சிகள் சுவாரஸ்யமானவை.

அந்த ஆராய்ச்சி என்ன தெரியுமா? குழந்தைகள் தூங்கும் மூன்று தனித் தொட்டில்களை ஏற்பாடு செய்கிறார். அந்தத் தொட்டில்களுக்குள் பிறந்த சில மணி நேரங்களே ஆன மூன்று நாய்க்குட்டிகளை தனித்தனியே படுக்க வைக்கிறார். அந்தத் தொட்டில்கள் வித்தியாசமானவை. பல்வேறு வசதிகள் கொண்டவை. தொட்டில் மூடித்தான் இருக்கும். ஆனால் தொட்டிலுக்குள் பிராணவாயு வரும். குடி தண்ணீரும், உணவும்கூட இருக்கும்.

ஆக, அந்த வெவ்வேறு மூன்று நாய்க்குட்டிகளுக்கும் உயிர் வாழத் தேவையான உணவு, நீர், காற்று எல்லாம் உண்டு. ஆனால், அவற்றால் வெளியுலகத்தையோ வேறு எவரையுமோ பார்க்க இயலாது. தொட்டிலை மூடிவிட்டார். அவற்றை வெவ்வேறு விதமாகப் பராமரித்தார்.

அதென்ன வெவ்வேறு விதமாக பராமரிப்பது?

முதல் தொட்டிலில் நாய்க்குட்டிக்கு அன்பையும், அரவணைப்பை யும் காட்டினார். முதல் தொட்டியில் உள்ள நாய்க்குட்டியை, தொட்டிலின் கதவை அடிக்கடி திறந்து, உடம்பை, தலையைத் தடவிக் கொடுத்தார். அதனுடன் அன்பாகக் கொஞ்சிப் பேசினார். இப்படியே அடிக்கடி செய்வார். பிறகு தொட்டிலை மூடிவிடுவார். உணவு அது பாட்டுக்குக் கிடக்கும். இதுபோல இடைவெளி விட்டுவிட்டுத் தொடர்ந்து செய்தார்.

அதேபோல இரண்டாவது தொட்டிலையும் திறப்பார். அந்தத் தொட்டிலில் கிடக்கும் நாய்க்குட்டியிடம் வெறுப்பையும் கோபத்தையும் கொட்டினார். தொட்டில் கதவைத் திறந்தவுடன், அந்த நாய்க்குட்டியைக் கிள்ளினார். சில சமயம் அடித்தார். வேறு சமயம் சுடு தண்ணீரை அதன்மேல் ஊற்றினார். வேறு சில சமயங்களில் அதன் கண்களில் கொஞ்சம் மிளகாய்ப் பொடியைத் தூவினார். இப்படியெல்லாம் செய்துவிட்டு தொட்டிலை மூடி விடுவார். இந்த வேலையையும் தொடர்ந்து சில நாட்களுக்குச் செய்தார்.

மூன்றாவது தொட்டிலில் உள்ள நாய்க்குட்டியை என்ன செய்தார் என்கிறீர்களா? அவர் எதுவுமே செய்யவில்லை. அவர் அந்தத் தொட்டில் பக்கமே போகவில்லை. உணவு, தண்ணீர், காற்று எல்லாம் தாராளமாக மூன்றாவது குட்டிக்கும் கிடைத்தது. ஆனால், மூன்றாவது குட்டிக்கு எவருடனும் - தொடர்பே இல்லை

No Interaction. அந்த நாய்க் குட்டிக்கு மற்றொரு உயிரின் தொடர்பே இல்லை. அதனிடம் அன்போ, வெறுப்போ இரண்டையுமே எவரும் காட்டவில்லை.

இப்படியாகவே சில நாட்கள் கழிந்தபின், அன்பு காட்டிய நாய்க்குட்டி இருக்கும் முதல் தொட்டிலைத் திறந்து நாய்க் குட்டியை வெளியே எடுத்துக் கீழே விடுகிறார். அது மகிழ்வாக அவரோடு ஒட்டிக் கொள்கிறது. ஆரோக்கியமாக இருக்கிறது.

பின்பு வெறுப்பைக் காட்டி நடத்திய, குட்டி இருந்த இரண்டாவது தொட்டிலைத் திறக்கிறார். அதில் இருந்த நாய்க்குட்டியானது தொட்டிலின் ஓரத்தில் பதுங்கியபடி உர்..ர்... என்று பார்க்கிறது. கோபமாகக் குரைக்கிறது. திறந்தவரின் கையைக் கடிக்கத் தாவுகிறது.

பின்பு மூன்றாவது தொட்டிலைப் பல நாட்களில் இப்போதுதான் முதன்முறையாகத் திறக்கிறார். உள்ளே இருந்த குட்டி இறந்து கிடக்கிறது.

இதே ஆராய்ச்சியைப் பலமுறை வெவ்வேறு பூனைக்குட்டி, நாய்க்குட்டிகளுடன் செய்து பார்க்கிறார். முடிவுகள் ஒவ்வொரு முறையும் இதே மாதிரிதான் இருக்கின்றன.

முடிவு செய்கிறார்.

முதல் நாய்க்குட்டி அவர் செய்த நல்ல விஷயங்கள் அன்பு முதலியன 'பாசிடிவ் ஸ்டிரோக்' (+ve stroke) என்றும், இரண் டாவது நாய்க்குட்டிக்குச் செய்த எரிச்சல் காட்டுதல், அடி, உதை, வெறுப்பு முதலியன 'நெகடிவ் ஸ்டிரோக்' (-ve strokes) என்றும், மூன்றாவது நாய்க்குட்டியை 'கண்டு கொள்ளாது' விட்டதை 'நோ ஸ்டிரோக்' (No stroke) என்றும் பெயரிடுகிறார்.

1. 'பாசிடிவ் ஸ்டிரோக்ஸ்' நாய்க்குட்டிக்கு மகிழ்வையும் ஆரோக்கியத்தையும் கொடுத்தது.
2. 'நெகடிவ் ஸ்டிரோக்ஸ்' பயத்தையும் கோபத்தையும் கொடுத்தது.
3. 'நோ ஸ்டிரோக்ஸ்' கடும் பாதிப்பைக் கொடுத்துக் கொன்றே விட்டது.

இதுபோல அன்றாடம் மனிதர்களுக்கும் பாசிட்டிவோ, நெகடிவ்வோ ஸ்ரோக்குகள் தேவைப்படுகின்றன. அது கிடைக்காத மனிதர்கள் ஆரோக்கியமான மனநிலை, உடல் நிலையில் இருப்பதில்லை. பாசிட்டிவோ, நெகடிவ்வோ மொத்தத்தில் ஏதோ ஒரு ஸ்டிரோக் தேவை. அது இல்லாமல் முடியாது. ஆகவே, அதை 'சைக்கலாஜிகல் ஆக்ஸிஜன்' என்று அழைக்கிறார். மனதுக்குத் தேவையான பிராண வாயு என்று அதற்குப் பொருள்.

நம்மோடு உறவாடும் உலகத்தவர்க்கு, மனிதர்களுக்கு நாம், பாராட்டுதல்கள், அன்பு, மரியாதை, ஆலோசனைகள், உதவி என்று எத்தனையோ விதமான நல்ல விஷயங்களை (+ve stroke) கொடுக்க வேண்டும். சரியில்லாத மனிதர்களுக்கு தவறு செய்யும், தீங்கு செய்யும் மனிதர்களுக்கு அவ்வப்போது கொஞ்சம் நெகட்டிவ் ஸ்டிரோக்கும் கொடுக்க வேண்டும் (விமர்சனங்கள், கோபித்துக் கொள்ளுதல், முகம் காட்டுதல்...) சமயத்தில் சமயோசிதமாக 'நோ ஸ்டிரோக்கையும் கொஞ்சம் மருந்து போலப் பயன்படுத்தலாம்.

கடவுள்களுக்கு 108, 1008 போற்றிகள் சொல்வதும், அரசியல் வாதிகளுக்கு வாழ்க போடுவதும்கூட பாசிடிவ் ஸ்டிரோக்தான். மாணவர்களுக்கு மார்க்குகள், ஒருவரைப் பார்த்த மற்றவர் முகத்தைத் திருப்பிக்கொள்வது முதல், முகத்தில் அல்லது முதுகில் குத்துவதுவரை நெகடிவ் ஸ்டிரோக்தான்.

அவற்றை எப்படிச் சரியாகப் பயன்படுத்துவது என்பது தனி விஷயம்.

நன்றாகவோ எதிர்மறையாகவோ மனிதர்களை கண்டு கொள்ள வேண்டும். உதாசீனம், அலட்சியம், கண்டு கொள்ளாமை ஆகியன, திட்டுவதை அடிப்பதைக் காட்டிலும் வலி தரத்தக்கவை.

இதை நம்மைச் சுற்றியுள்ளவர்கள் Strokes எதிர்பார்க்கிறார்கள். 'சிவனே' என்றோ சவம் (பிணம்) போலவோ நாம் எந்தவித 'ரியாக்ஷனும்' காட்டாது போனால் மக்கள் சோர்ந்துவிடுவார்கள்.

Strokes பெறுவோம். Strokes கொடுப்போம்...

9. அறிவுத்திறன் மட்டும் போதுமா?

வாழ்க்கையில் வெற்றிபெற என்ன வேண்டும் என்று கேட்டால், சுலபமான, எவரும் சொல்லக் கூடிய பதில், புத்திசாலித்தனம் அல்லது அறிவுத்திறன் என்பதாகும். அதாவது, 'இன்டெலிஜென்ஸ்' (Intelligence).

இந்த 'இன்டெலிஜென்ஸ்'ஐ அளவிடுவதற்கு ஐக்யூ (இன்டெலிஜென்ட் கோஷன்ட்) என்ற முறையும் உண்டு.

கேள்வி என்னவென்றால்... உண்மையில் வெற்றி பெற அறிவுத்திறன் மட்டும் போதுமா?

யோசித்துப் பார்த்தால் புரியும், வெற்றி பெற்ற மனிதரெல்லாம் புத்திசாலியில்லை. புத்தியுள்ள மனிதரெல்லாம் வெற்றிபெறவில்லை.

ஆக, வெற்றிக்கு வேறு ஏதோ ஒன்றும் தேவைப் படுகிறது. அல்லது மேலும் சில தேவைப்படுகின்றன.

அந்த வேறு சிலவற்றுள் ஒன்று எமோஷனல் இன்டெலிஜென்ஸ். 'எமோஷன்' என்றால் உணர்ச்சி, உணர்வு. இந்த விஷயத்தில் திறன். இது முக்கியம். இதைச் சுருக்கமாக E.I. (Emotional Intelligence) என்கிறார்கள்.

தனிப்பட்ட வாழ்க்கையில் ஒருவர் வெற்றி பெற ஐ.க்யூ. எனப்படும் அறிவுத்திறன் 20 சதவிகிதமும், E.I.

எனப்படும் உணர்ச்சிகளைக் கையாளும் திறன் 80 சதவிகிதமும் தேவைப் படுகிறது என்பது ஆராய்ச்சியாளரின் கணிப்பு.

முதன் முதலில் பினெட் சர்வே (Binet Survey) என்ற ஆராய்ச்சியில்தான் இந்த E.I.யினைக் கண்டறிந்தார்கள். ஒத்த வயதினரிடையே உள்ள மனவயதின் வித்தியாசங்களைக் (Mental Age) கண்டுபிடிப்பதற்காகச் செய்யப்பட்ட ஆராய்ச்சியாகும் இது.

பின்பு டாக்டர் ரூவென் பாரன் (Dr. Reuven Baron) என்பவர்தான் 'எமோஷனல் இன்டெலிஜென்ஸ்' என்ற வார்த்தைகளைக் கோத்து, அதற்கு விளக்கமும் கொடுத்தார். ஒருவரின் E.I.-ஐ அளவீடு செய்வதற்கும், அவரே ஒரு முறையையும் ஏற்படுத்தினார்.

1995-ல் டாக்டர் கோல்மென் என்பவர் 'ஏன் ஐ.க்யூ.வைக் காட்டிலும் E.I.-ஐ முக்கியமானது' என்று ஆங்கிலத்தில் ஒரு புத்தகம் வெளியிட, உலகம் விழித்துக்கொண்டது.

அப்படி என்ன இருக்கிறது இந்த E.I.-யில்? அதென்ன உணர்ச்சி களைக் கையாளும் திறன் எனக் கேட்கலாம்.

E.I. என்றால், தன்னைத் தானே நிர்வகித்துக் கொள்ளும் திறனும் மற்றவர்களுடன் பழகும் விதமும் என்று சொல்லலாம்.

உங்கள் உணர்ச்சிகளைப் புத்திசாலித்தனமாகப் பயன்படுத்துவது என்றும் கூறலாம்.

உங்கள் உணர்ச்சிகள் (கோபம், பரிதாபம், பயம், மகிழ்ச்சி, இரக்கம், எரிச்சல், பொறாமை...) அனைத்தும் உங்களுக்கு வேலை செய்யவேண்டும். உங்கள் கட்டளைக்குக் கீழ்ப்படிய வேண்டும்.

உண்மைதான். இன்றைக்குப் பணிக்குச் செல்வோருக்குத் தெரியும், பணியிடங்களில் யாருக்கு மதிப்பு அதிகமென்று. தன்னையும் பிறரையும் சரியாக நிர்வகித்துக் கொள்பவர்களுக்கே, அறிவுத்திறன் கொண்டவர்களைவிட அதிக மதிப்பு என்பது அவர்களுக்குத் தெரியும்.

மனிதன் ஓர் உணர்ச்சிக் குவியல். பல நேரங்களில் இந்த உணர்ச்சிகள் கட்டுக்கு அடங்காமல், தன்னிச்சையாக வெளிப்பட்டு, காரியத்தைக் கெடுத்துவிடும். உணர்ச்சி வேகத்தில் செய்யப்படும் எதுவும் சரியாக இருக்காது. ஆனால் பல சமயங்களில் நம்மையும் அறியாமல் உணர்வுபூர்வமாகச் செயல்பட்டு விடுகிறோம். விளைவுகள் எப்படியும் இருக்கலாம்.

எதிர்த்துப் பேசுவது, விட்டெறிவது, எழுந்து போய்விடுவது, அடித்து விடுவது, ராஜிநாமா செய்து விடுவது, தற்கொலை, ஏன் சில சமயங்களில் கொலையேகூட செய்துவிடுவது! இப்படி பொங்கி வரும் உணர்ச்சியின் கைப்பாவையாய்ச் சிலர் செயல் படுகிறார்கள்.

என்ன பேசுகிறார்கள்... யாரிடம் பேசுகிறார்கள்... தெரி யாது! கோபம் கண்ணை மறைத்துவிடும்! உணர்ச்சி வசப்பட்டுவிடுவார்கள்.

திரும்பப்பெற முடியாத, மாற்ற முடியாத செயல்பாடு நடந்து விடுகிறது. 'வாழ்நாள் முழுதும், பின்பு வருத்தப்பட்டாலும்... மாற்ற முடியாது அதன் விளைவுகளை!

அதனால்தான் இந்த E.I. எனப்படும் உணர்ச்சிகளைக் கையாளும் திறன் முக்கியத்துவம் பெறுகிறது.

Daniel Goleman ஒரு கதை சொல்லுகிறார்: ஒரு பன்னிரண்டு வயதுச் சிறுமி. தன் சினேகிதியின் பிறந்த நாள் கொண்டாட்டத்துக்குச் செல்வதற்குப் பெற்றோரிடம் அனுமதி கேட்கிறாள். அன்று இரவு தங்கிவிட்டு மறுநாள்தான் வருவாளாம். அனுமதி கிடைக்கிறது. கிளம்பிப்போய்விடுகிறாள். அவள் சென்றவுடன் தாயும், தந்தையும் வெளியில் கடைக்குப் போகிறார்கள். சினேகிதி வீட்டுக்குச் சென்றவளுக்கு ஏமாற்றம். சினேகிதி ஊரில் இல்லை. வருத்தத்துடன் தன் வீடு திரும்புகிறாள். வீடு பூட்டியிருக்கிறது. தன்னிடம் உள்ள மாற்றுச் சாவி போட்டுத் திறந்து உள்ளே செல்கிறாள். குறும்புக்காரியான அவளுக்கு ஒரு யோசனை தோன்றுகிறது.

அங்கிருந்த ஒரு அலமாரியின் உள்ளே சென்று கதவைச் சாத்திக் கொள்கிறாள். 'தாய் தந்தையர் வந்ததும்... ஆ... என்று கத்தி அவர்களைப் பயமுறுத்தலாம்... ஜாலியாக இருக்கும்...' என்று நினைக்கிறாள். செய்கிறாள். காத்திருக்கிறாள்.

கடைக்குப் போன பெற்றோர் திரும்ப வருகிறார்கள். தங்கள் வசம் இருந்த சாவியை உபயோகித்து வாசல் கதவைத் திறக்கிறார்கள். மகள் வீடு வந்த விஷயம் அவர்களுக்குத் தெரியாது. ஆனால்... ஹாலில், சமையலறையில் பொருட்கள் கலைந்திருப்பது தெரிகிறது. 'யார் வந்திருப்பார்கள்!' சந்தேகம்... உடன் பயம்... 'யாரோ உள்ளே இருக்கிறார்கள்' என்ற உள்ளுணர்வு.

மனைவியை ஹாலில் அமரச் சொல்லிவிட்டு, கைத் துப்பாக்கியை எடுத்துக்கொண்டு, மெல்ல நடக்கிறார். ஒவ்வொரு அறையாக

மிகுந்த எச்சரிக்கையுடன் சோதனை செய்கிறார். மகள் ஒளிந்திருக்கும் அறைக்குள் நுழைகிறார்.

மெதுவாக 'அந்த அலமாரி அருகே போக... கதவு லேசாக 'கிர்..ர்...' என்று திறக்க... 'டாடீ' என்று கத்தியபடி குதித்த தன் மகளை.... கண்ணிமைக்கும் நேரத்தில் தன் கைத் துப்பாக்கியால் சுட்டுவிடுகிறார்! நல்லவேளை குண்டு மகளின் கையில் பாய்ந்தது. மருத்துவமனைக்கு உடனே கொண்டுபோய் காப்பாற்றி விட்டார்கள். இதயத்திலோ தலையிலோ பாய்ந்திருந்தால்..?

இதுபோன்ற அவசர காலங்களில் (எமர்ஜென்சிகளில்) மூளை முடிவெடுத்து, உடல் செயல்பட.... ஒரு வினாடிக்கும் குறைவாக ஆகிறதாம். அதாவது வெறும் 12 மில்லி செகன்ட்ஸ் போதுமாம்!

ஒரு புத்த பிட்சுவைப் புலி ஒன்று துரத்துகிறது. ஓடுகிறார். மரம் ஒன்று தென்படுகிறது. ஏறுகிறார். புலி பசியோடு கீழே காத்திருக்கிறது. அப்போது அவர் அமர்ந்திருக்கும் மரக் கிளையில் மரங்கொத்திப் பறவை கொத்திக் கொண்டிருக்கிறது. அண்ணாந்து

பார்க்கிறார். ஒரு சிவப்பு நிற மலர்... 'ஆகா... என்ன அழகு' என்று வியக்கிறார். அவர் மனத்தில் அழகுணர்ச்சி ஏற்படுகிறது. மகிழ்கிறார். அந்த மலரையே பார்த்து ரசித்தபடி அமர்ந்திருந்தார்.

முன்பு பார்த்த சம்பவத்தில், பயம் என்ற உணர்ச்சி தோன்றியது. அதுவே தந்தையைச் செயல்படுத்தியது. மகளையே தெரியாமல் சுட்டுவிடுகிறார்.

இரண்டாவதாகப் பார்த்த சம்பவத்தில், அபாயம் உண்மையில் நெருங்கிவிட்டது. இருந்தும் பயம் என்ற உணர்ச்சி தள்ளப்பட்டு, அழகுணர்வு கையாளப்பட்டது.

ஆக... நம்மால் நம் உணர்ச்சிகளைத் தேர்ந்தெடுத்துக்கொள்ள முடியும்.

நம்முடைய உணர்ச்சி மிகுந்த செயல்பாடுகளை, நமது எண்ணங்களும், உடலில் ஏற்படும் மாற்றங்களும், நடை முறையும்தான் விளைவிக்கின்றனவே ஒழிய, அவை வெளியிலிருந்து வருவதில்லை.

ஒரு வியாபாரி, பெரு நஷ்டம் அடைந்துவிட்டார். மனது நொந்து, மிக வருத்தத்துக்குள்ளாகி ஒரு நண்பரைச் சந்தித்தார். 'எல்லாம் போச்சு... எல்லாம் போச்சு' என்பதே அவர் பேச்சாக இருந்தது. எதிலும் நாட்டமின்றி இருந்தார். சிறிது நேரத்துக்குப் பின் நண்பர் கேட்டார்.

உன் மனைவி இருக்கிறாளா?

ம்.

குழந்தைகள்?

ம்.

பெற்றோர், நண்பர்கள்?

ருக்கிறார்கள்.

உன்னுடைய நேர்மை, உழைக்கும் திறன்...!

அதற்கென்ன இருக்கிறதே!

உன்னுடைய தொடர்புகள்...

அதுவும் இருக்கிறது...

பின் ஏன் எல்லாம் போச்சு... எல்லாம் போச்சு.... என்கிறாய்..?

வியாபாரிக்குப் புரிந்தது. இறுக்கிக் கொண்டிருந்த சங்கிலிகளைத் தூக்கி எறிந்தார். மீண்டும் வென்றார்.

Epicetus சொல்வது போல, எது உனக்கு நிகழ்கிறதோ அதைக் காட்டிலும் அதற்கு நீ எப்படி மறுவினையாற்றுகிறாய் (Reaction) என்பதே முக்கியம்.

எமோஷனல் இன்டெலிஜென்சின் ஒரு பகுதி, தன்னைச் சரி செய்து கொள்வது. உணர்ச்சிகளைத் தனக்குக் கட்டுப்படவைத்து, தேவைப்படும் விதத்தில் பயன்படுத்துவது. அதாவது Self Regulation.

10. மனசு செய்யும் மாயம்

கணேசன். அலுவலகத்தில் உடன் பணி புரிபவர். நல்ல அதிகாரி வேலையில் மட்டுமில்லை. உடன் பணிபுரியும் அனைவரிடமும் கலகலப்பாகப் பழகுபவர். அப்படிப்பட்டவர் முகத்தில் சில நாட்களாகவே வழக்கமாக தென்படும் உற்சாகத்தைக் காணவில்லை. ஏதேனும் பிரச்னையா என்று அவரிடம் விசாரிக்க வேண்டுமென்று நினைத்திருந்தேன்.

இரண்டே நாளில் அவரே என்னுடன் பேசவேண்டும் என்ற கேட்டுக்கொண்டு வந்தார். வெளியில் ஒரு உணவு விடுதிக்கு அழைத்துப் போனேன். தேநீர் அருந்திக்கொண்டே பேசினோம்.

அவருடைய அலுவலகத்துக்குப் புதியதாக ஒரு ஆலோசகர் வந்திருக்கிறாராம். அந்த ஆலோசகர் வந்ததில் இருந்து கணேசனுடைய மேலதிகாரி, கணேசன் மீது எரிந்து விழுகிறாராம். முன்போல் சகஜமாகப் பேசுவதில்லையாம். நிறைய கெடுபிடிகள் செய்கிறாராம். சொல்லும்போதே கணேசன் குரல் உடைந்தது.

சிறிது நேரம் அவர் பேசுவதைக் குறுக்கிடாமல் கேட்டுக்கொண்டேன். பின்பு அவர் கேட்டார்: 'இதற்கு ஏதாவது ஒரு வழி சொல்லுங்கள். என்ன செய்யலாம்?'

நான் சிறிது மவுனமாக இருந்த நேரத்தில், அவரே, 'நான் வேலையை ராஜினாமா செய்துவிடலாமா?' என்று கேட்டார். நான் அதிர்ந்து போனேன். பிரச்னை அவரை எவ்வளவு தூரம் பாதித்திருக்கிறது என்று புரிந்தது.

என்ன செய்யலாம் என்று நாம் முடிவு செய்யலாம் என்று சொல்லிவிட்டு அவரிடம் ஒரு கேள்வி கேட்டேன். அந்த கேள்வி, 'கணேசன், நீங்கள் சொல்லுவதெல்லாம் உண்மைதானா?'

அவர் திகைத்துப் போனார். அவர் பொய் சொல்லக்கூடியவர் இல்லை என்பது எனக்குத் தெரியும். எனக்குத் தெரியும் என்பதும் அவருக்கும் தெரியும். இருந்தாலும் நான் இப்படிக் கேட்கிறேனே என்று அவர் வியப்படைந்திருக்க வேண்டும்.

அவர், தெரிந்து பொய் சொல்லமாட்டார்தான். ஆனால் தெரியாமல் சொல்லலாமே! தெரியாமல் சொல்லுவதென்றால், அவரை அறியாமல்.

ஆம். அவர் இருக்கும் நிலை. அதற்கான காரணங்கள் என்ன என்றெல்லாம் அவர் என்னிடம் விவாரித்தார். அவை எல்லாம் சரிதான் என்று எப்படி உறுதியாக சொல்ல முடியும்?

'எனக்குத் தெரியாதா என் நிலைமை பற்றி. என் மேலதிகாரி எப்படிப்பட்டவர். அவர் என்னிடம் வழக்கமாக எப்படி நடந்துகொள்ளுவார். இப்போதெல்லாம் எப்படி நடந்து கொள்ளுகிறார் என்பதெல்லாம் எனக்குத் தெரியாதா?' என்றார் பரிதாபமாக.

'கட்டாயம் தெரியும்தான். யார் இல்லை என்றது' என்றேன். அப்போது எங்களுக்கு பின் மேசையில் அமர்ந்து சாப்பிட்டுக் கொண்டிருந்தவர்களில் ஒருவர் சத்தமாகப் பேசுவது காதில் விழுந்தது. திரும்பிப் பார்த்தோம். அந்த நபர் சத்தமாக பேசியது, அவருக்கு எதிரில் நின்று கொண்டிருந்த ஓட்டல் சர்வரிடம். ஒரே ஒரு அடிக்கும் குறைவான இடைவெளியில், எதிரில் மிக அருகில் நிற்கும் ஒருவரிடம் ஏன் இவர் இவ்வளவு சத்தமாக பேசுகிறார் என்று ஆச்சரியப்பட்டேன். அவரை கூர்ந்து பார்த்ததில் அதற்கான காரணம் புரிந்தது.

சத்தமாகப் பேசும் அந்த நபர் ஏன் அப்படி பேசுகிறார் என்று கணேசனிடம் கேட்டேன். அந்த நேரம், எதற்காக அதைப்போய் கேட்கிறேன் என்று புரியாவிட்டாலும், கணேசன் பதில் சொன்னார்:

‘அந்த சர்வருக்கு காது சரியாக கேட்காமல் இருக்கலாம்.’

‘வாய்ப்பில்லை. அவரிடம் நாமும் தானே ஆர்டர் கொடுத் தோம். அவருக்கு காது கேட்டதே!’

‘வேறு எப்படி?’

‘அந்த நபர் காதைப் பாருங்கள் கணேசன். அவர் என்ன மாட்டியிருக்கிறார்?’

‘காதில் வாக்மென் மாட்டியிருக்கிறார். பாட்டு கேட்கிறாரோ என்னவோ?’

‘அதேதான். அவர் பாட்டுக் கேட்கிறார். அவர் காதில் அந்த பாட்டு, சத்தமாக கேட்கிறது. அதனால் அவருக்கு சர்வர் சொல்லுவது சரியாக கேட்கவில்லை.’

‘அதனால்?’

’தனக்குச் சரியாக கேட்காததால், மற்றவர்களுக்கும் அப்படித் தானோ என்று நினைத்து அவர் இயல்பைவிட சத்தமாகப் பேசுகிறார். இதனை அவர் தெரிந்து உணர்ந்து செய்யவில்லை. நிலைமையைப் புரிந்துகொண்டவிதம் அவர் மனது சொல்லிக் கொடுத்து இப்படிச் செய்கிறார்.

சில சமயங்களில் நமது மனது அது புரிந்துகொண்ட விதம் நமக்கு சொல்லிக் கொடுக்கிறது. அது உண்மையாக இருக்க வேண்டும் என்கிற அவசியமில்லை. தவறாகவும் இருக்கலாம்.

நம் காதுக்குள் மட்டுமே வந்து விழுகிற பாடல் இசை ஓசையைப் போல, நம் மனதுக்குள் மட்டுமே வந்து விழுகிற சப்தங்கள் உண்டு. உங்கள் மேலதிகாரி உங்கள் மீது பழைய அளவு பிரியமாக இல்லை என்பது உங்கள் மனது உங்களுக்குச் சொல்லும் தகவல். புதியதாக வந்திருக்கிற அந்த ஆலோசகர் செய்பவை உங்கள் மனதில் (வாக்மென் இசையைப்போல) இரைச்சலை உண்டு பண்ணியுள்ளது. அதன் தாக்கத்தால் நீங்கள் உங்களைச் சுற்றியுள்ள அனைத்தையுமே அப்படி பார்க்கிறீர்கள்.

அந்த ஆலோசகர், அவர் செய்பவை ஆகியவற்றைப் பற்றி யோசிப்பதை விடுங்கள். அதனையே யோசிப்பதால் உங்கள் மனது குழம்பிப்போய் உள்ளது. அதனால் சாதாரணமாக நடப்பவைகூட உங்களுக்கு எதிராக நடப்பதுபோல உங்களுக்குத் தோன்றுகிறது. அப்படி இருக்க வேண்டும் என்று அவசியம் இல்லை.

உங்கள் மேலதிகாரி பேசுபவற்றை உங்களிடம் நடந்து கொள்ளும் முறைகளை, எந்தவித முன் அனுமானமும் இல்லாமல் பாருங்கள். அதில் உள்ள உண்மைகளை மட்டும் பாருங்கள். உங்கள் பயங்களில் பெரும்பகுதி உங்கள் மனதே செய்யும் கற்பனை என்பது புரிய வரும்.'

சில நாட்களுக்குப் பிறகு வந்தார். ஆமாம், உண்மைதான் என்றார். கவலைப்பட்ட அளவு இல்லை என்று சிரித்துக்கொண்டே சொன்னார். 'ராஜினாமா கடிதம் என்ன ஆச்சு?' என்றேன். அதோ அங்கே என்றார். அவர் கைகாட்டிய இடத்தில் குப்பைத் தொட்டி இருந்தது.

11. எவ்வளவு ரிஸ்க் எடுக்கலாம்?

2012ம் ஆண்டு ஸ்டார் விஜய் தொலைக் காட்சியில் நீங்களும் ஆகலாம் கோடீஸ்வரர் நிகழ்ச்சி. அரசு மருத்துவமனையில் நர்ஸாகப் பணியாற்றும் இளம் பெண் ஒருவர் போட்டியாளர் இருக்கையில் அமர்ந்திருக்கிறார். அவருடைய அப்பா கடைகளுக்கு சமூசா செய்து விற்பனை செய்துவருபவர். தினசரி பல மணிநேரம் கடுமையாக உழைத்து கொஞ்சம் பணம் பார்ப்பவர். அம்மா தைராய்ட் பிரச்னையால் அவதிப்படுபவர். தினசரி வைத்தியத்துக்கே பல ஆயிரம் ரூபாய்கள் தேவை என்று மருத்துவர்கள் சொல்லிவிட, 'கடவுள் விட்ட வழி' என்று வீட்டுக்கு வந்துவிட்டவர். போட்டியாளருக்கு ஒரு தம்பியும் தங்கையும். பண நெருக்கடிக்கு இடையேயும் பெற்றோர் எல்லோரையும் நன்கு படிக்கவைக்கிறார்கள்.

'எவ்வளவு ஜெயிக்கணும்ன்னு நினைக்கிறீங்க?' - நிகழ்ச்சி நடத்தும் நடிகர் சூர்யா கேட்கிறார்.

'அம்மாவுக்கு வைத்தியம் பண்ற அளவுக்கு ஜெயித்தால் போதும் சார்'

'எவ்வளவு?'

'ஒரு லட்சத்து 60 ஆயிரம்.'

அந்தக் குடும்பத்தின் முழுக்கதையையும் கேட்ட பிறகு, அந்தக் குடும்பம் பற்றிய குறும்படத்தைப்

பார்த்த பிறகு, பார்வையாளர்கள் எல்லோருமே அந்தப் போட்டியாளர் நல்ல தொகை ஜெயிக்கவேண்டும் என்றே நினைத்தது அவர்களின் கைதட்டல்களில் தெரிந்தது.

கேள்வி பதில்களுக்கு இடையே குடும்பத்தைப் பற்றிய பல தகவல்கள் வந்துகொண்டேயிருந்தன. போட்டியாளரின் அம்மாவையும் சூர்யா கேட்கிறார்.

'எவ்வளவு அம்மா உங்க பொண்ணு ஜெயிக்கணும்?'

'நாற்பதாயிரம் போதுங்க. மத்தவுங்களும் ஜெயிக்கட்டும்.' நெகிழ்ந்துபோகின்றன - பார்வையாளர்கள் நெஞ்சங்கள்.

ஆயிற்று 1.60 லட்சத்தைத்தாண்டி 3.20 லட்சம். அதையும் தாண்டி 6.40 லட்சம். அதையும் தாண்டியாயிற்று. அந்தப் போட்டியாளர் பலரும் தொடாத அளவான 12.5 லட்சம் ரூபாயையும் வென்றாயிற்று. எல்லாருக்குமே மகிழ்ச்சி. என்ன அதிசயமோ தெரியவில்லை. அந்த போட்டியாளரோ அவரது பெற்றோரோ, உடன் வந்திருந்த சித்தியோ அந்தத் தொகைகளில் அதிசயித்துப் போகவில்லை. சாதாரணமாகவே இருந்தார்கள்.

அடுத்த கேள்வி 25 லட்ச ரூபாய்க்கான கேள்வி. எல்லோருக்கும் சொல்வது போலவே சூர்யா இந்தப் போட்டியாளருக்கும் தெளிவாக எடுத்துச் சொல்கிறார்.

'இந்தக் கேள்விக்குச் சரியான பதில் சொன்னால் 25 லட்ச ரூபாய். தவறான பதில் சொன்னால், உறுதிப்பணம் 3.20 லட்சம் மட்டுமே. பதில் தெரியவில்லை என்று விலகினால், அதுவரை ஜெயித்திருந்த 12.50 லட்ச ரூபாய்'.

கேள்வி திரையில் ஒளிர்கிறது. 'தமிழ் எண் முறைப்படி, 'அ' என்கிற எழுத்து எந்த எண்ணைக் குறிக்கும்?'

விடைகளாக நான்கு எண்கள் திரையில் ஒளிர்கின்றன. 14, 7 மற்றும் 8. இவற்றில் சரியான விடையை போட்டியாளர் தேர்ந்தெடுக்க வேண்டும். அவருக்கு உறுதியாகத் தெரிய வில்லை. இரண்டு உதவி செய்யும் 'லைஃப் லைன்'கள் அதுவரை பயன்படுத்தப் படாமல் இருக்கின்றன.

முதலில், 'போன் எ பிரண்ட்' என்று அவருடன் பணி புரியும் ஒருவரை அழைக்கிறார். அவரால் பதில் சொல்ல முடியவில்லை. அடுத்த லைஃப் லைன் ஆன 50:50-யைப் பயன்படுத்துகிறார்.

எண்கள் 1 மற்றும் 4 மறைந்துவிடுகின்றன. மீதம் திரையில் இருப்பவை 7 மற்றும் 8 ஆகியவைதான். அவற்றில் ஏதோ ஒன்றுதான் சரியான விடை. சரியாகச் சொல்லிவிட்டால்!

அதுவரை ஜெயித்திருந்த 12.50 லட்சம் 25 லட்சமாகிவிடும். தொடர்ந்து விளையாடலாம். தவறானால் அதுவே வெறும் 3.20 லட்சம் ஆகி, ஆட்டத்தில் இருந்தும் வெளியேற வேண்டும்.

தடுமாறிவிட்டு, ஏழு என்கிறார் போட்டியாளர். விதிமுறைகளை மீண்டும் சொல்லுகிறார் சூர்யா. 'உறுதியாக?' என்று கேட்கிறார். 'சரியாத் தெரியலை. ஆனாலும் 7 என்று ஃபிக்ஸ் செய்யுங்கள்' என்கிறார் அவர். எல்லோர் மனமும் பதைபதைக்கிறது.

சரியான விடை தெரியவருகிறது. ஜீனியஸ் காட்டுகிறார், 8 தான் சரி என்று. போட்டியாளர் சொல்லியது தவறான விடை. நிச்சயமாகத் தெரியவில்லை என்று சொல்லிவிட்டு, 12.5 லட்சம் வாங்கிக்கொண்டு போகவேண்டிய குடும்பம். 'நிச்சயமாகத் தெரியவில்லை. ஆனாலும் முயற்சி செய்கிறேன். சரியாக இருந்துவிட்டால் 25 லட்சம் கிடைக்கும்' என்று நினைத்து, தவறாகச் சொல்லி வெறும் 3.20 லட்சத்துடன் போகிறது.

என்ன ஆயிற்று அந்தப் போட்டியாளருக்கு! ஏன் இப்படிச் செய்தார் என்று மறுகி மறுகி, நிகழ்ச்சியைப் பார்த்துக் கொண்டிருந்த

பலரால் அன்று இரவு சரியாகத் தூங்கியிருக்க முடியாது. காரணம் அந்த அளவு பணத்தேவை இருக்கிற குடும்பம். கடைகளுக்கு சமூசா போட்டு... அதில் பெரிதாக என்ன கிடைத்துவிடும்! 3.20 லட்சத்துக்கும் கையில் இருந்த 12.50 லட்சத்துக்கும் எவ்வளவு வேறுபாடு! சுமார் 9 லட்சம் அல்லவா? அவர் செய்யும் வேலையில் வாழ்நாள் முழுக்க உழைத்தாலும் அவரால் சேர்க்கமுடியுமா? அம்மாவின் வைத்தியத்துக்கும் குடும்பத்தின் பிற தேவைகளுக்கும் அந்தத் தொகை எவ்வளவு உதவியிருக்கும்!

எல்லாம் போயிற்று, ஒரே ஒரு முடிவால். 'தெரியாது, விலகுகிறேன்' என்று சொல்லி கிடைத்ததை எடுத்துக்கொண்டு நகராமல், கையில் இருந்ததைவிட்ட அவலம். அந்த நேரம் அந்தப் போட்டியாளர் எடுத்த ஒரு முடிவால்தான் எவ்வளவு இழப்பு!

இதை என்ன என்று சொல்வது... துரதிஷ்டம் என்றா... அவசரக் குடுக்கைத்தனம் என்றா... சிறுபிள்ளைத்தனம், அசட்டுத் துணிச்சல் என்றா... கவனக்குறைவு அல்லது மனித இயல்பான அதீத ஆசையின் வெளிப்பாடு என்றா?

எல்லாம் சேர்ந்து என்றுதான் சொல்லவேண்டும். ரிஸ்க் எடுக்கலாம் தான். ஆனால் தன் நிலை யோசித்து, சரியாக வரக்கூடிய வாய்ப்பின் அளவைக் கணித்துத்தான் ரிஸ்க் எடுக்கவேண்டும்.

12. பழகுவது சுலபம்; விடுவது சிரமம்!

சில ஆண்டுகளுக்கு முன்பு ஒரு நாள் அடையாறு சென்றிருந்தேன். ஆட்டோக்காரருக்குக் கொடுப்பதற்கு சில்லறை வேண்டி, ஒரு கடைக்குள் நுழைந்தேன். 'நூறு ரூபாய்க்கு சில்லறை இருக்கா?' 'கொஞ்சம் இருங்க சார்.' காத்திருக்கையில் கடையைக் கவனித்தேன். அது ஒரு மதுபானக் கடை. வியாபாரம் மும்முரமாய் நடந்துகொண்டிருந்தது. பலரும் அங்கேயே நின்றபடி கண்ணாடி தம்ளர்களில் வாங்கிக் குடித்துக்கொண்டு இருந்தார்கள். குடித்தவர்களில் வயதானவர்கள், நடுத்தர வயதினர், வசதியுடையவர்கள், வசதி குறைந்தவர்கள் என எல்லா வகையினரும் இருந்தனர். சில்லறை வாங்கிய பிறகும், (மீண்டும் எண்ணுவது, பர்சை மீண்டும் எடுப்பது போல) அங்கேயே நின்று தொடர்ந்து கவனித்தேன்.

வாங்கிக் குடிக்கும், வாங்கிப் போகும் நபர்களில் சிலருக்கு வயது பதினாறு பதினெட்டு மாதிரி இருந்தது. சர்வ சாதாரணமாக, சுதந்திர மாக, குதூகலமாக மது வாங்கிக் குடிக்கும் இளைஞர்கள்!

உடன் எனக்கு, என்னுடைய கல்லூரி நாள்கள் நினைவுக்கு வந்தன. சென்னை பச்சையப்பன் கல்லூரி மைதானம். பெரிய தூங்குமூஞ்சி மரம். அதனடியில் சிமென்ட் பெஞ்ச். இரண்டாம் ஆண்டு இளங்கலை படிக்கும் என் நண்பர்கள் சிலருடன் நான்.

நண்பர்கள் ஒரு சிலரின் கையில் வெண் சுருட்டு... அதுதான் சிகரெட். அவர்களில் ஒருவன் என்னுடைய மிக நெருங்கிய நண்பன் பெயர் சீனுவாசன். அவனுக்கு ஒரு சிகரெட் தேவைப்பட்டது. பைகளைத் துழாவினார்கள். இல்லை. சிகரெட் காலி. 'டேய்... நாம் போய் ஒரு சிகரெட் வாங்கி வரலாண்டா...' நண்பன் எழுந்தான்.

அவன் தோளை மற்றவர்கள் அழுத்தி உட்கார வைத்து, 'நாம வேணாண்டா... உன் 'டியரெஸ்ட் ஃபிரெண்டு' போவான் உனக்காக...' என்னை நோக்கிக் கைநீட்டினார்கள். முடியாது என்று மறுத்துவிட்டேன்.

அடுத்து, சிகரெட் பிடிக்காத மற்றொருவன் மீது நிர்பந்தம். ' நீ போய் வாங்கிக்கிட்டு வாடா. ப்ளீஸ்..' அவன் தயங்கியபடி கிளம்பினான். திரும்பி வந்தான். மீண்டும் சிகரெட்டின் பெயர் கேட்டுக்கொண்டு போனான்.

பற்ற வைத்துக்கொண்டு வந்திடுடா...

சரி...

திரும்பி வந்தான். கையில் ஒரு சிகரெட். அது எரியவில்லை. ஆனால் ஒரு பக்கம் புகையடித்து, கறுப்பாய்த் தெரிந்தது.

ஏண்டா பற்ற வைக்கலையா?

வச்சனே... சிம்னி விளக்கில காண்பிச்சேன்.

அது போதாது தம்பி, ஒரு பக்கத்தை நெருப்பில வச்சு... மற்றொரு பக்கத்துல வாயை வைச்சு காத்தை இழுக்கணும்.

சொல்லிக் கொடுத்து அனுப்பினார்கள். தயங்கியவனை, 'எனக்காக... ப்ளீஸ்... ஒரே ஒரு முறை...' என்றெல்லாம் சொல்லி அனுப்பிவிட்டு அவன் பின்னே நமுட்டுச் சிரிப்பு சிரித்தார்கள்.

இந்த முறை இருமியபடி, கண்கலங்கி வந்தான் - பற்ற வைத்த சிகரெட்டுடன்தான். 'ஹா...' எனக் கொண்டாட்டம். அன்று முதல், அவன்தான் பற்ற வைத்து (மட்டும்) தர வேண்டுமாம். செய்தான்.

இன்றைக்கு... அவன் ஒரு 'செயின் ஸ்மோக்கர்' (Chain Smoker). விட முயன்றுகொண்டிருக்கிறான். விடச் சொல்லி மருத்துவரும், வீட்டில் உள்ளோரும் வற்புறுத்திக்கொண்டிருக்கிறார்கள். அவனால் முடியவில்லை.

சில்லரை வாங்கிய மதுபானக் கடையில் பார்த்த இளைஞர்களின் நிலையும் இப்படித்தான் இருக்க வேண்டும்.

'பீர் என்பது மதுபானமில்லை.' 'இதில் ஆல்கஹால் சதவிகிதம் குறைவு' என்றெல்லாம் சொல்லுவார்கள். 'உடம்புக்குக் குளிர்ச்சி' என்றொரு போலிக் காரணமும் இதற்குச் சொல்லப்படுவதுண்டு. பின்பு மெதுவாய் மற்றவகை மதுபானங்களும் சேர்ந்து கொள்ளும்.

மதுபானங்கள், சிகரெட் ஆகியவற்றின் குடும்பத்தில் கடைக் குட்டிச் சகோதரன் 'பான் மசாலா'. இது தீங்கு விளைவிக்கக் கூடியது என்பதே தெரியாமல், ஒரு சாதாரண பாக்குத்தூளைப் போல இதனைப் பயன்படுத்துவதுதான் வேதனை.

சிகரெட்டோ, மதுபானங்களோ, பான் மசாலாவோ பயன்படுத்துப வருக்குத் தொடக்கத்தில், அவை சுவையாக இருப்பதில்லை. சுவாரஸ்யமாகவும் இருக்காது. இவற்றை உடம்பும் ஏற்க மறுக்கும். உடல் இவற்றுக்கு தன் எதிர்ப்பைக் காட்டும்.

ஆயினும், 'ஒரு கம்பெனிக்காக', 'நண்பர்களுக்காக', 'தானும் ஒரு பெரிய மனுஷன்' என்று காட்டிக் கொள்வதற்காக, 'ஜாலி'க்காக என்றுதான் பலரும் சாதாரணமாய் ஆரம்பிக்கிறார்கள். பின்பு 'எதிர்ப்பு' மாறி மதுபானங்களில் ஒரு சுவாரஸ்யம் ஏற்படுகிறது. அதனால், நண்பர்களாகக் கூடும்போது, விசேஷங்களின் போது, வெற்றிகளைக் கொண்டாடும்போது மது ஓர் அங்கமாகிவிடுகிறது.

நாளாக நாளாக, மனது மதுவைத் தேடத் தொடங்க, அதற்காகவே சந்தர்ப்பங்களை உருவாக்கிக் கொள்கிறார்கள். அதைத் தொடர்ந்து பயன்படுத்த, உடம்பும், அதைவிட அதிகமாய் மனதும் பழகிவிடுகின்றன. பழக்கம் வழக்கமாகிப் பின் 'அது' இல்லாமல் முடியாது என்கிற மனநிலை ஏற்பட்டுவிடுகிறது.

திருமணம், வேலை எனப் புதிய சங்கதிகள் ஏற்பட்டதும் 'இவற்றை விட்டுவிடலாமா என்று தோன்றும். பின்பு பணச் செலவும் அதிகமாக... விட்டுவிடலாம் என புத்தி யோசிக்கும். சிலருக்கு உடலும் 'அபாய எச்சரிக்கை' கொடுக்கும்!

சுற்றமும், சில நட்பும் 'விட்டுவிடு' என நச்சரிக்க, மனதுக்கும் புத்திக்கும் போராட்டம் தொடங்கும். பெரும்பாலும் 'விட முடியாது. கண்டிப்பாக வேண்டும்' எனச் சொல்லும் மனதுக்குத்தான் இறுதி வெற்றி கிட்டும்.

முன்பெல்லாம் கல்லூரிப் பருவத்தில், தொடங்கியவை - இப்போது பள்ளிப் பருவத்தில்கூட சிலருக்குத் தொடங்குகிறது. இவற்றின் பால் இளைஞர்கள் சுலபமாய் விழுவதற்கு எவை காரணம்?

1. இவற்றை ஆரம்பிப்பதற்கு இன்றைய அளவில் பெரிய, வெளிப்படையான தடைகள் ஏதுமில்லை.

2. இவற்றில் ஏதும் (பான் மசாலா தவிர) சட்ட விரோதம் இல்லை.

3. இவை சுலபமாக எல்லா இடங்களிலும் கிடைக்கின்றன.

4. இளைஞர்கள் நடமாடும், பார்க்கும் இடங்களில் - விஷயங்களில் இவற்றைப் பலரும் பயன்படுத்துகிறார்கள்.

5. சரியில்லாத நண்பர்கள் வட்டம் இவற்றை அறிமுகப்படுத்தி, உடன் Peer Pressure-ம் கொடுக்கிறது.

6. இவற்றைப் பயன்படுத்தி முயற்சி செய்ய தனிமையும் ஏற்ற சூழ்நிலையும் கிடைக்கின்றன.

என்னதான் இருக்கிறது என்று தொட்டுப் பார்த்தால், உள்ளே இழுத்து அடிமைப்படுத்தும் இந்த வஸ்துக்களின் ஆரம்பத் தொடர்பிலிருந்து இளைஞர்களை, சிறுவர்களை எப்படிக் காப்பாற்றலாம்?

1. தொடர்பே ஏற்படாதிருக்க, நல்ல நட்பு வட்டம் முக்கியம்.

2. இது போன்றவற்றைப்பற்றி அவர்களுக்குச் சரியான விவரங்கள் தரப்பட வேண்டும். அவர்களே இவற்றைப் புறக்கணிக்க அவை உதவும்.

3. எவர் கட்டாயப்படுத்தினாலும் 'வேண்டாம்' என்று மறுக்கும் உறுதியைக் கொடுக்க வேண்டும். சொல்லித்தர வேண்டும். எதற்கும் ஒத்துப்போகத் தேவையில்லை என்பதைத் தெளிவுபடுத்த வேண்டும்.

4. ஆம்பித்திருக்கிறார்கள் என்று தெரிந்தால், வெறுமனே கத்தி ஆத்திரப்படாமல், விளக்கி விவரம் சொல்லும் பக்குவம் நமக்கு வேண்டும்.

தடுப்பது சுலபம், பழகிவிட்டால் விடுவது சிரமம். கவனம் மட்டுமே உதவும்.

13. மாற்றம் ஒன்றே மாறாதது!

அநேகமாக ஆண்டு 2003ஆக இருக்கும். அவசரமாக நான் வெளியூர் போக வேண்டிவந்தது. வழக்கமாக சென்னை தியாகராய நகரிலிருந்து கிளம்பும் ஒரு தனியார் பேருந்தில் செல்வேன். நகரப் பேருந்திலோ ஆட்டோவிலோ அந்த இடத்துக்குப் போய்ச் சேர அரைமணி நேரம்தான் ஆகும். ஆனால் இப்போது எல்லாம் மாறிவிட்டது.

வழக்கமாக இரவு எட்டரை மணிக்குக் கிளம்பும் அந்தத் தனியார் பேருந்து, மதுரைக்கு முன்பிருக்கும் எங்கள் ஊருக்குக் காலை 5 மணிக்குப் போய்விடும். அந்தப் பேருந்தில் ஏற இரவு எட்டுக்கு வீட்டிலிருந்து கிளம்பினால் போதுமானதாக இருந்தது.

'ஏழு மணிக்கெல்லாம் வந்திடுங்க, நம் வேன்லயே கூட்டிக்கிட்டுப் போய் கோயம்பேடுல நம்ம பஸ்ல ஏற்றி விட்டிடுவோம்' டிக்கெட்டுடன் தகவலும் தரப்பட்டது.

பெட்டிகளையும் பைகளையும் ஆட்டோவிலிருந்து இறக்கி வேனில் ஏற்றியபோது, மீண்டும் வேனிலிருந்து இறக்கி பஸ்ஸில் ஏற்றவேண்டும் என்ற நினைவு எரிச்சலூட்டியது.

வேனுக்குள் ஏகத்துக்கும் அர்ச்சனை நடந்து கொண்டிருந்தது. பேருந்து நிலையத்தை

கோயம்பேடுக்கு மாற்றம் செய்தவர்களை வாய்க்கு வந்தபடி சபித்துக்கொண்டிருந்தார்கள்.

அதையெல்லாம் பொருட்படுத்தாமல், முடிந்த மட்டும் பிரயாணி களை அடைத்துக்கொண்டிருந்தனர் பேருந்து நிர்வாகத்தினர்.

இப்போது தி.நகரிலிருந்து கோயம்பேடு பயணம். நெரிசல் மிகுந்த உஸ்மான் சாலை வழி பயணப்பட, வியர்வை, எரிச்சல் என வேன் முழுக்க குமைச்சல்.

ஒரு வழியாய் கோயம்பேடை அடைந்தபோது, விளக்கில்லாத, விளக்கிச் சொல்ல ஆளில்லாத, விவரம் சொல்ல போர்டும் இல்லாத வெற்று மைதானம் முழுக்க விதம்விதமான பேருந்துகள். எவை, எந்த ஊருக்கு, எங்கே நிற்கின்றன... எவருக்குத் தெரியும்?

அவர்களே ஏற்பாடு செய்த வேன் என்பதால் விட்டது தொல்லை. சரியான பேருந்தில் ஏறி அமர்ந்ததும், முடிந்தது வேலை என பெருமூச்சுவிட்டால்... இன்னும் வேன்கள் (வேறு இடங்களி லிருந்து) வந்து சேர வேண்டுமாம். மேலும் தனியாக, தானாக வருபவர்களும் வந்து சேர வேண்டுமே!

சரி, சற்று கண்ணயரலாம் என்ற முயற்சியை முறியடித்தன கொசுக்கள்! உபயம்: பின்புறம் உள்ள காய்கறி மார்க்கெட்.

பேருந்துக்குள் மீண்டும் வசவுகள். ஆண், பெண், வயதானோர், இளைஞர் என்ற எந்தப் பாகுபாடுமின்றி எரிச்சல், வருத்தம், கோபம். மருத்துக்குக்கூட காணப்படாதது சகிப்புத் தன்மை.

பின்பு வந்த பேருந்து ஓட்டுநரிடம் இப்படி கிளம்பாமலே சென்னையிலேயே இருந்தால் எப்போது ஊர் போய்ச் சேருவோம் என்ற கேட்டதற்கு, உதட்டைப் பிதுக்கி, விரக்தியுடன் சிரித்தார்.

காலை 5 மணிக்கு ஊரைச் சென்றடைய வேண்டிய பேருந்து, ஒரு வழியாய் ஏழு மணிக்குப் போய்ச் சேர்ந்தது.

பலரும் எரிச்சலடையும் இந்த 'கோயம்பேடு மாற்றம்' தவறானதா? யோசித்துப் பார்த்தேன். மாற்றத்தை நடை முறைப்படுத்தியதில் குறைபாடுகள் இருக்கலாம். அதற்காக மாற்றமே தவறாகி விடுமா?

எந்த மாற்றமும் உடனடியாக ஏற்றுக்கொள்ளப்படுவதில்லை. மாற்றங்கள் - நடைமுறையைப் பழக்கத்தில் உள்ளவற்றை மாற்றுகின்றன. அது எரிச்சல் கொடுக்கிறது.

மக்கள் தொகையும், நெருக்கமும், வாகனப் பெருக்கமும் மிகவும் அதிகரித்துவிட்ட சென்னை நகருக்கு நன்மை செய்யத் திட்டமிட்டதுதான் கோயம்பேடு மாற்றம்.

இந்த மாற்றத்தை நடைமுறைப்படுத்த இன்னும் பல வசதிகளைக் கோயம்பேட்டிலும், மற்ற முறைகளிலும் நிச்சயம் செய்திருக்கலாம். மறுப்பதற்கில்லை.

இருந்தாலும், நம்மிடையே இன்னும் மாற்றங்களை ஏற்றுக் கொள்ளும் மனப்பக்குவம் ஏன் இல்லை என்ற கேள்வியும் வருகிறது. சலித்துக்கொள்ளும், எளிதில் எரிச்சலடையும், குற்றஞ் சொல்லும் மனப்பான்மை இருப்பதும் தெரிகிறது.

இன்றைய வாழ்க்கையில் மாற்றங்கள் தவிர்க்க முடியாதவை ஆகிவிட்டன. நம்மைக் கேட்டுக்கொண்டு எதுவும் மாறுவதில்லை. வேகமாக வளர்ந்து வரும் விஞ்ஞான அறிவும், அதனால் ஏற்பட்டுள்ள அபரிமிதமான வளர்ச்சியும், அதன் பயனாய் ஏற்பட்டு வரும் மாற்றங்களும் எவர் கட்டுப்பாட்டிலும் இல்லை. காலத்தின் கட்டாயம்.

அடுக்கு மாடிக் கட்டடங்கள், திறந்த நிலைப் பல்கலைக் கழகம், செல்லுலார் போன், இன்டர்நெட், பேசினால் டைப் செய்யும் கம்ப்யூட்டர், அணு ஆயுதங்கள், சென்னை வீட்டிலிருந்தபடியே அமெரிக்க நிறுவனத்துக்குப் பணி செய்யும் டிரான்ஸ்கிரிப்ஷன்ஸ், குறிப்பிட்ட நேரமில்லா Flexi Time அலுவலகங்கள், ஒற்றை செல்லில் இருந்து ஆளையே உருவாக்கும் குளோனிங், இருந்த

இடத்திலிருந்து அனைத்து மாவட்ட ஆட்சியர்களிடமும் ஒரே நேரத்தில் முதல்வர்கள் நடத்தும் டெலிகான்ஃபரன்ஸ்... எல்லாமே மாற்றங்கள்தான்!

இந்த உலகில் மாறாது இருப்பது மாற்றங்கள் மட்டுமே!

நமது சௌகர்ய நிலைகளிலிருந்து வெளியே வரத்தான் வேண்டும். மாற்றங்களை ஏற்றுக் கொள்ளலாம். ஒன்றும் குடிமுழுகிப் போய்விடாது.

கொஞ்ச நாளைக்கு சிரமங்கள் தெரியும். பின்பு பழகிப் போய்விடும். பழக்கம்தானே மாற்றங்களை எதிர்க்கிறது!

பழக்கங்களை விட்டுவிடப் பழகிக் கொள்ளலாம். என்ன நான்சொல்வது சரிதானே...?

14. மறக்கத் தெரியாத மனசு

என்னைச் சந்திக்க, அலுவலகத்துக்கு ஒரு ஆடிட்டர் வந்திருந்தார். அவருடன் பேசிக் கொண்டிருக்கும் போது, 'தேவராஜன் என்று ஒருவர் வந்திருந்தார், அவருக்கு உங்களை நன்கு தெரியுமாம்' என்றார். யார் அது? என யோசித்தபடி இருந்தேன். ஆடிட்டர் மேலும் சொன்னார். 'உங்கள் நண்பர் என்று சொன்னாரே! சொந்த ஊர் புதுக்கோட்டையாம்.' புதுக்கோட்டை என்றதும் எனக்கு நினைவு வந்துவிட்டது. 'ஆம், அவர் என் மாணவர். மாலை நேர வகுப்புகளில் நான் அவருக்குப் பாட மெடுத்திருக்கிறேன். தெரியும்' என்ற சொல்லி பேச்சைத் தொடர்ந்தேன்.

அந்த ஆடிட்டர் போன பின்பு வெகுநேரம் அந்த உரையாடல் உறுத்தியது. பாடம் எடுத்த என்னைப் பேராசிரியர் என்று சொல்லாது, நண்பர் என்று சொல்லியிருக்கிறாரே தேவராஜன் என்று யோசித்தேன். புரிவது போலிருந்தது. நான் அவருக்கு வகுப்பெடுத்து ஆறு ஆண்டுகள் ஆகிவிட்டன. அவர் இன்று பெயர் சொல்லக்கூடிய ஒரு நிறுவனத்தில் பெரிய பதவியில் மதிப்பாய் இருக்கிறார். அதை யெல்லாம் நினைக்காத என் மனது, அவர் என்னிடம் மாணவராய் அமர்ந்திருந்ததையே ஆழமாக நினைக்கிறது. வேறு எதையும் பார்க்கப் பிரியப்பட வில்லை. இது சரியான அணுகுமுறையா? என்னை நானே கேட்டுக்கொண்டேன்.

நான் முன்பு வெர்ல்பூல் என்ற பன்னாட்டு நிறுவனத்தில் பணிபுரிந்துகொண்டிருந்தபோது, ஒரு பெண்மணி அதே நிறுவனத்தில் கான்டிராக்ட் ஊழியராக என் துறையிலேயே பணிபுரிந்துகொண்டிருந்தார். நிறுவனங்களில் நேரடி ஊழியராக இருப்பதற்கும், கான்டிராக்ட் ஊழியராகப் பணியாற்றுவதற்கும் நிறைய வித்தியாசம் உண்டு. பணி நிச்சயம், ஊதியம், அதிகாரம் எல்லாம் கான்டிராக்ட் வேலைக்குக் குறைவு. நான் சேர்ந்து சில நாட்களிலேயே தன் குடும்பச் சூழ்நிலை காரணமாக வேலையை விட்டுவிட்டு சென்னைக்குப் போய்விட்டார்.

அவரை அதோடு மறந்துவிட்டேன். இரண்டு மூன்று வருடங்களுக்குப் பிறகு அவரைச் சந்தித்தபோது அவர் பணி செய்து கொண்டிருந்த நிறுவனத்தைப் பற்றியும், அவருடைய சம்பளத்தைப் பற்றியும் கேள்விப்பட்டேன். என்னால் நம்பவே முடியவில்லை. என்னைக் காட்டிலும் அதிக சம்பளமும், உயர் பதவியும். உலகில் தலைசிறந்த நிறுவனங்களில் ஒன்றில் பணிசெய்துகொண்டிருந்தார். அதில் அவருக்கு நிரந்தர வேலை. அவரைச் சாதாரண கான்டிராக்ட் ஊழியர் நிலையில் பார்த்துவிட்டு, பின்பு உயரிய நிலையில் பார்த்த என் மனது ஆச்சரியப்பட்டது. ஒப்புக்கொள்ளத் தயங்கக்கூடச் செய்தது. ஆனால், அதுதான் உண்மை. யதார்த்தமும் கூட.

மாணவர்கள் என்றும் மாணவர்களாகவே இருந்து விடுவதில்லை. சிறுவர்கள் சிறுவர்களாகவே இருந்துவிடுவதில்லை. உதவியாளர்கள், கீழ் பணிபுரிபவர்கள் வளராது போய்விடுவதில்லை. அனைவருமே வளர்கிறார்கள். படிப்பில், அறிவில், அனுபவத்தில், செல்வத்தில், செல்வாக்கில், திறமைகளில், பதவிகளில் யாரும் யாரையும்விட மிஞ்சலாம்.

'என் கையைப் பிடிச்சிக்கிட்டு நடந்த பய...'

'நான் சொல்லிக் கொடுத்துக் கத்துக்கிட்டவன்.'

'என் சிஷ்யன்.'

'கால்ல செருப்பில்லாம கால் வயத்துக் கஞ்சிக்கு வழி யில்லாம வந்து நின்னான்.'

'வீட்டுக்கு வந்த புதுசுல வெந்நீர்கூட வைக்கத் தெரியாது.'

'ஒரு லெட்டர் எழுதினா நூறு தப்பிருக்கும்.'

'நான் வந்தா கையைக் கட்டிக்கிட்டு எழுந்து நிப்பான்.'

இன்னும் எத்தனையோ வார்த்தைகளைக் கேள்விப் பட்டிருக்கிறோம். சொல்கிறோம். பழையதையே குத்திக்காட்டும் மனோபாவம். அடுத்தவர் வளர்ச்சியை அங்கீகரிக்க மறுக்கிற மனசு. முன்பு என்னைவிடச் சிறியவன், தெரியாதவன், இல்லாதவன் என்ற எண்ணம் பலருக்கும் ஒருவித சந்தோஷத்தைக் கொடுக்கிறது. அந்த சந்தோஷம் போலி. False சந்தோஷம். உண்மையான சந்தோஷம் அவர்களை அவர்களின் வளர்ச்சியைக் கொண்டு அங்கீகரிப்பதில்தான் இருக்கிறது.

சூழ்நிலைகள் காரணமாக ஒரு காலத்தில் நாம் அவர்களுக்கு மேலாக இருந்தோம். அவ்வளவுதான். அவர்களாகப் பழைய வற்றை ஞாபகம் வைத்துப் பேசினால்கூட நாம் மென்மையாக மறுக்கலாம். அவர்களின் இன்றைய வெற்றியை, உயர்வை எடுத்துச் சொல்லி, அவர்களை அங்கீகரிக்கலாம். அவர்களைப் பெருமைப்படுத்தலாம்.

இதனால் பரஸ்பரம் மதிப்பு கூடுமே தவிர, ஒருபோதும் குறையாது. இதனால் அன்பு பொங்கும். மகிழ்ச்சி மேலும் பரவும்.

'பழசை மறக்காதே' என்பது நமக்கு மட்டுந்தான். நம் தற்பெருமையைக் குறைப்பதற்காகச் சொல்லப்பட்ட வாக்கியம்.

அதை அடுத்தவர் மீது திணிக்கக்கூடாது. மற்றவர்களும் வளர்கிறார்கள். அவர்கள் பழையபடியே நம்மிடம் நடந்து கொள்ளவேண்டும் என்று எதிர்பார்க்க வேண்டாம். அதை விட அவர்களைப் பழைய நிலையிலேயே நடத்த வேண்டாம். அது அவர்களை அங்கீகரிப்பதாகவோ மதிப்பதாகவோ ஆகாது. இன்றைய நிலைக்குரிய மரியாதையை அனைவருக்கும் கொடுப்பதுதான் சரி.

15. தயக்கத்தைத் தள்ளத் தயங்க வேண்டாம்!

ஒரு திருமணத்தில் சாப்பிட்டுவிட்டு பஸ் ஏறியதில் கணபதிக்குத் தூக்கம் இழுத்துவிட்டது. பஸ் ஏறியதுதான் தெரியும். அவருக்கு நல்ல உறக்கம். கண்ணை விழித்தபோது ஏதோ ஒரு பஸ் ஸ்டாண்ட். புதுக்கோட்டையோ!

ஜன்னலுக்கு வெளியில் பார்த்தார். டிரை சைக்கிளில் அவித்த கடலை. ஆவி பறக்க விற்பனை. விற்பவன் முகத்தைக் கணபதி பார்க்க, உடனே அவன், ‘சாருக்கு எத்தனை, ஐந்து ரூபாய்க்கா? பத்து ரூபாய்க்கா?’ வண்டியை நெருக்கிக் கொண்டு வந்து மடித்து நீட்டினான். அவருக்குச் சாப்பிடும் எண்ணமே இல்லை. அவனை அழைக்கவும் இல்லை. அவர் அவனைப் பார்த்தார், அவ்வளவுதான். ‘அந்த ஒரு பார்வை’ அவனுக்குப் போதுமானதாய் இருந்திருக்கிறது.

‘வேண்டாம்ப்பா...’ தீர்மானமாகச் சொன்னார்.

‘பிரிச்சு சாப்பிட்டுப் பார் சார். இன்னும் வாங்குவே... கொடி கடலை சார்... சூடா...’

கணபதி அவன் பக்கம் திரும்பவே இல்லை. அவனும் விடாது அவரைக் கேட்டான். வாங்கிய பிறகுதான் விட்டான். அடுத்த சீட்டுக்காரரிடம் மூன்று பொட்டலங்கள் விற்பனை. வாங்க நினைத்தவர், நினைக்காதவர், தூங்கியவர், விழித்திருந்தவர் அனைவரிடமும் விற்று விட்டான்.

அவனுக்குக் கடலை விற்றாக வேண்டும். தேவைப்படுபவர்கள் கூப்பிட்டு வாங்குவார்கள் என்று இருந்தால் விற்பனையாகி இருக்குமா? அல்லது கேட்காதவர்களிடம் எல்லாம் இதைக் கூவிக் கூவி விற்க வேண்டுமா என்று அவன் தயங்கினால், அவன் பிழைப்புத்தான் நடக்குமா?

அவனது வெற்றிகரமான விற்பனைக்குக் காரணங்கள் என்னவாக இருக்கலாம்?

அவன் சிரமம் பார்ப்பது கிடையாது. அலைகிறான். அவன் சங்கோஜப்படுவது கிடையாது. தயங்காது அனைவரையும் அணுகுகிறான். சிலர் முகம் சுளிக்கலாம் ; அலட்சியப்படுத்தலாம். அவன் கவலைப்படுவது கிடையாது. அவனுடைய ஒரே குறிக்கோள் விற்பனை. தயக்கமற்ற முயற்சி. அதில் தெளிவான வெற்றி.

ஆமாம், தெரியாமல்தான் கேட்கிறோம். இந்தக் கடலை விற்பனை நடந்தால் நமக்கு என்ன, நடக்காவிட்டால் என்ன என்று கேட்கிறீர்களா?

மேலோட்டமாக இல்லைதான். ஆனால், அடிப்படையில் இருக்கிறது. அவன் கடலை விற்கிறான். எல்லோரும் வேறு எதையோ விற்றுக்கொண்டிருக்கிறோம்.

நம்முடைய கருத்துகளை, ஆசைகளை, உணர்ச்சிகளை வெளிப் படுத்துகிறோம். அதை அனைவரும் ஏற்றுக்கொள்ள வேண்டும் என்று நினைக்கிறோம். ஏற்றுக்கொள்ளப்படாவிட்டால் வருந்துகிறோம். இதுவும் ஒரு வகை விற்பனை முயற்சிதான்.

இன்னும் ஒரு படி மேலே போனால், நாம் நம்மையே பல சமயம் விற்க வேண்டியிருக்கிறது. ஒரு வேலைக்கான நேர்முகத் தேர்வு. விண்ணப்பித்தவர் தன் திறமைகளை, தகுதிகளை, குணாதிசயங்களை விளக்கிச் சொல்லித் தன்னை விற்க வேண்டும். இண்டர்வியூ நடத்துபவர்கள் அவரை ஏற்றுக்கொள்ள வேண்டும். விண்ணப்பித்தவர் தயங்கினால் காரியம் நடக்குமா? பேசுவார். சான்றிதழ்களைக் காண்பிப்பார்.

அடுத்து கமலாவைப் பெண் பார்க்க வருகிறார்கள்.

‘இவ நல்லாப் பாடுவா…’

‘இவ சமைச்சா, வாசம் மூணு வீட்டுக்கு அடிக்கும்…’

‘சுவரில் மாட்டியிருக்கும் இந்தப் படங்கள் எல்லாம் இவ வரைந்ததுதான்.’ இன்னும் என்னென்னவோ…

அந்த மாலை நேரம் கமலாவின் அலங்காரம் எப்படி இருக்க வேண்டும்?

கமலா அழகான, திறமையான, குடும்பத்துக்கேற்ற பெண் என்று மாப்பிள்ளை வீட்டாரை நினைக்க வைக்கவேண்டும். எந்த விஷயத்திலாவது தயக்கம் காட்ட முடியுமா?

வேலை கிடைத்தாக வேண்டும், கல்யாணம் முடிந்தாக வேண்டும், இவை கடலை விற்றாக வேண்டும் என்பது போலத்தான். தெளிவான குறிக்கோள். ஆகவே, தயக்கமற்ற முயற்சி தேவை.

இதே அளவு பெரிய விஷயங்களாக இல்லாவிட்டாலும் வாழ்க்கையில் எந்த விஷயத்தை அடைவதற்கும் நம்மில் சிலருக்கு இருக்கும் பெரிய தடைக்கல்… தயக்கம்.

காரைக்குடி பஸ் ஸ்டாண்ட். தைப் பூசத்துக்காகப் பழனிக்கு சிறப்புப் பேருந்துகள் இருந்தும், பஸ்ஸில் கூட்டம்.

சண்முகம் ஓடி வருகிறார். அமரும் இருக்கைகள் போக மக்கள் கம்பிகளைப் பிடித்தபடி நின்றுகொண்டிருக்கிறார்கள். பழனி வரைக்கும் நின்றுகொண்டேதான் பயணமா?

முன்பக்கம் ஏறி ஒவ்வோர் இருக்கையாகப் பார்த்துக்கொண்டே வருகிறார். காலியாக இருக்கும் இடங்களைப்பற்றி அடுத்த சீட்டில் இருப்பவரிடம் கேட்க, 'ஆள் வர்றாங்க...', 'பெட்டி வச்சிட்டுப் போயிருக்கார் பாருங்க...'

நிற்பவர்கள் நகர்ந்துகொண்டு அவரைக் கேலியாகப் பார்க்கிறார்கள். 'எங்களுக்குத் தெரியாமலா நிற்கிறோம்' என்ற பார்வை.

கண்டக்டருக்கு முன் சீட். ஜன்னல் ஓரத்து சீட்டில் ஒரு காவித் துண்டு. பக்கத்தில் உறக்கத்தில் ஒரு பெரியவர். அவரை மெதுவாக எழுப்பிக் கேட்கிறார்.

என்ன ஆச்சரியம்! அந்தப் பெரியவர் துண்டு தூக்கத்தில் நழுவிப் பக்கத்து சீட்டில் விழுந்திருக்கிறது. அவரும் உறங்கிவிட... சீட் காலிதான்.

தயக்கமற்ற சண்முகத்தின் முயற்சிக்கு வெற்றி. சந்தோஷமாக அமர்ந்துகொள்கிறார்.

வாழ்க்கையில் பெரிய விஷயங்களோ, சின்ன விஷயங்களோ, ஆனால் மகிழ்ச்சியைக் கொடுக்கவும் கெடுக்கவும் வல்லவை. மகிழ்ச்சியைப் பெறத்தான் அனைவருக்கும் விருப்பம்.

விருப்பத்தை அடைய முயற்சி, அதுவும் தயக்கமற்ற முயற்சி தேவையல்லவா?

இப்படி நம் வாழ்க்கையின் சந்தோஷங்களை, நிம்மதியைக் கெடுக்கின்ற தயக்கத்தின் காரணங்கள்தான் என்ன?

ஏன் தயங்க வேண்டும்?

'அவுங்க வீட்ல நம்ம பெண்ணைக் கட்ட முடியாதுங்க. அவுங்க ரொம்பப் பெரிய இடம்.'

'அங்க விலை ரொம்பக் கூட இருக்கும். பணக்காரங்கதான் போக முடியும். நாம போனா மதிக்க மாட்டாங்க.'

'இண்டர்வியூ எல்லாம் கண் துடைப்புப்பா... அவனுக்கு வேண்டியவங்களை முன்னாடியே செலக்ட் பண்ணிட்டிருப்பான்...'

முயற்சிகளை முளையிலேயே நசுக்கக்கூடிய வார்த்தைகள் இவை. ஆரம்பத்திலேயே போடப்படும் முட்டுக்கட்டைகள். இவையெல்லாம் சோதிக்கப்படாத அனுமானங்கள்.

ஆக, தயக்கத்துக்கு ஒரு காரணம், நாமே கற்பித்துக் கொள்ளும் ஒரு காரணம். உண்மையாகவும் இருக்கலாம், பொய்யாகவும் இருக்கலாம். எதையும் சோதிக்காமலேயே நிராகரிக்க வேண்டாம். பழனிக்கு நின்றுகொண்டு சென்றவர்களுக்கும் சண்முகத்திற்கும் உள்ள வித்தியாசம், இந்த அனுமானம் கொடுத்த தயக்கம்தானே!

பெண்கள் உயர்நிலைப் பள்ளி வகுப்பறை, வரலெட்சமி டீச்சர் வகுப்பு, பாடத்தில் ஒரு கேள்வி கேட்கிறார்கள். யாருக்குத் தெரியுமோ சொல்லலாம். சிறிது நேரம் மௌனம். யாரும் பதில் சொல்லவில்லை.

விஜிக்குப் பதில் தெரிகிறது. சொல்லலாமா? ஆனால், இதென்ன நன்றாய்ப் படிக்கிற பானு, லஷ்மிகூட பதில் சொல்லாமல் இருக்கிறார்களே! அவர்களுக்குத் தெரியாததா நமக்குத் தெரிந்து விடப் போகிறது?

நாம் நினைப்பது தவறான பதிலாக இருக்குமோ? நீண்ட மௌனத்துக்குப் பிறகு, கடிந்துகொண்டு டீச்சரே பதில் சொல்கிறார். அட, விஜி சொல்ல நினைத்த அதே பதில்தான்.

தெரிந்திருந்தும் ஏன் சொல்லவில்லை? தயக்கம். என்ன தயக்கம்? 'நாம் சொல்வது தப்பாகப் போய்விட்டால் மற்றவர்கள் என்ன நினைப்பார்கள்?'

பயம், கேலிக்குப் பயம். நிராகரிக்கப்பட்டு விடுவோமோ என்கிற பயம். 'விஜி, நன்றாகப் பயப்படும். தெரிந்திருந்தாலும் சொல்லாதே. வெற்றி உனக்கில்லை!' இந்த நிலை தேவையா?

கேலி செய்தால் என்ன? செய்யட்டுமே! நமது பதிலை நிராகரிக் கட்டுமே. முயற்சி செய்வதில் என்ன தவறு? நாம் சொல்வது அத்தனையுமே சரியாக இருக்க வேண்டுமென்று என்ன கட்டாயம்? புரியவில்லையே!

நிராகரிப்பு என்றதும் என் நினைவுக்கு வருவது திருச்சி யிலிருக்கும் ஓர் எழுத்தாள நண்பர்தான். ஐந்து, ஆறு எழுத்தாளர்கள் நண்பர்கள். அதில் ஒருவர் பாஸ்கர். 'கிருஷ்ணா' என்ற பெயரில் எழுதுவார். மற்றவர்களைவிட அவர் கதைகள் அதிகம் பிரசுரமாகும்.

'உங்க கதைன்னா செலக்ட் பண்ணிடுறாங்க. போன வாரம் ஒண்ணு. இந்த வாரம் ஒண்ணு...' செல்வா அங்கலாய்த்தார். பாஸ்கர் அமைதியாகச் சொன்னார். 'என் கதைகள் எத்தனை பிரசுரமாகின்றன என்றுதான் இவருக்குத் தெரியும், எத்தனை அனுப்பியிருக்கிறேன் என்று இவருக்குத் தெரியாது...'

ஆம், தினம் ஒன்று வீதம் வாரம் ஏழு அனுப்புபவருக்கு ஆறு திரும்பியிருக்கின்றன. அவர் தயங்காமல் தொடர்ந்து வாரம் ஏழு எழுத அவற்றில் ஒன்று பிரசுரமாகிறது.

நிராகரிப்பு எண்ணிக்கையைக் கண்டு தயங்காத அந்த எழுத்தாளர் கிருஷ்ணா' அடைந்த வெற்றி அவர் முயற்சியின் அடையாளமல்லவா?

தயக்கத்தின் அடுத்த காரணம், 'நெகடிவ் அப்ரோச்' - எதையும் எதிர்மறையாகப் பார்ப்பது.

'ஆமாம். நாம் சொல்லித்தான் முடியப் போகுதா..?'

'நமக்குத்தான் பயப்படப் போகிறார்களா?'

'அவர்கள் பிரச்சினையை யாராலயும் தீர்க்க முடியாது.'

'அவன் திருந்தவே மாட்டான்.'

முயற்சி எடுக்காமலேயே இவர்களே எதிர்மறையாக முடிவு செய்து, மூட்டை கட்டித் தூக்கி எறிந்து விடுவார்கள்.

இன்னும் சிலரிடம் தயங்கக் காரணமாயிருப்பது, அவர்கள் எதிலும் மிக அதிக நேர்த்தியை எதிர்பார்ப்பதுதான்.

நான் ஒன்று செய்தால் அதில் யாரும் குறை சொல்லக்கூடாது. அதற்கு விமர்சனமே கூடாது. அவர்களே அதைப் பரிசீலித்து பரிசீலித்து... அதற்குள் அந்த விஷயம் அதுவாகவே முடிந்து விடும். அல்லது கெட்டுவிடும்.

இன்னும் சிலருக்குப் பிரச்னையற்ற முயற்சிகள்தான் வேண்டும். அடிபடாமல் சைக்கிள் கற்றுக்கொள்ள முடியுமா? அப்படி யெல்லாம் ரைட் சகோதரர்கள் நினைத்திருந்தால் இறக்கைக் கட்டிக்கொண்டு பறக்க முயன்றிருப்பார்களா? இன்றைய ஆகாய விமானத்துக்கான அடித்தளம் அமைக்கப்பட்டிருக்குமா?

மதியழகன் என்று ஒரு நண்பர். அலுவலகத்துக்கு கம்ப்யூட்டர் வந்த புதிது. தெரிந்தவர்கள் ஓரிருவர் அதில் பணியாற்ற, அதன் அருகில் செல்லவே இவருக்குத் தயக்கம். தெரிந்தவர்களைக் கேட்டு செய்யக் கூச்சம். விட்டுவிட்டார். வருடம் இரண்டாகி விட்டது. அவர்கள் கம்ப்யூட்டர் உபயோகத்தில் வெகு தூரம் சென்றுவிட இன்று இவர் மிகவும் பின்தங்கிவிட்டார்.

ஆரம்ப காலச் சிறிய தயக்கம் அவரை இன்னும் வருத்திக் கொண்டிருக்கிறது.

நண்பர் மோகனுக்குக் குழந்தை பிறந்திருக்கிறது. மூன்று மாதமிருக்கும். பாயில் படுத்திருந்தது. மல்லாந்த நிலையிலிருந்து குப்புறக் கவிழ்ந்தது. தலையைத் தூக்கிப் பார்க்க இயலவில்லை.

தலையைத் தூக்க முயல்கிறது. முடியவில்லை. முகம் தரையில் மோதுகிறது. துணி போட்டிருந்தார்கள்தான்.

ஆனாலும், வலிக்காமலா இருக்கும்? முயற்சி, மீண்டும் முயற்சி.

நாம் எல்லோருமே இந்தப் பருவத்தைக் கடந்துதான் வந்திருக்கிறோம். தயங்கினால் ஆகுமா? தலை நிற்கும்வரை அப்படித்தானே?

சிறு வயதில் இல்லாத தயக்கத்தை நாம் எங்கே பிடித்தோம்? செயல்படத் தயக்கம், கேட்கத் தயக்கம், கொடுக்கத் தயக்கம், சொல்லத் தயக்கம், தயக்கம், தயக்கம், தயக்கம்.

ஏன் பூட்டி வைக்கவேண்டும்? திறவுங்கள்; பரப்புங்கள்; கூவுங்கள்; பயப்படாது, கை கால்களை நீட்டிக் குரலை உயர்த்தி முழு மனத்தையும், அதில் செலுத்தி முயற்சி செய்வோம். முடியாததும் உண்டோ !

நம் மனத்திலிருந்து இந்தத் தயக்கம் எனும் களையைப் பிடுங்கி, வேரோடு பிடுங்கி, நம்பிக்கை என்னும் விதையை நடுவோம்.

நம்மீது நம்பிக்கை, பிறர் மீது நம்பிக்கை, இந்த உலகத்தின் மீது நம்பிக்கை, அது செடியாய் வளர்ந்து, மரமாய் வளர்ந்து, காடாய் மண்டட்டும்.

இயற்கையிலேயே மனிதர்கள் தயக்கமில்லாதவர்கள். இடையில் நாம் இழுத்துக்கொண்டவை சில அனுமானங்கள், சில தீர்மானங்கள். அவை நம் முன்னேற்றத்துக்குத் தடைக் கற்கள். நாமே நமக்குப் போட்டுக் கொள்ளும் விலங்குகள். பல கற்பனை யானவை, பொய்யானவை. புரிந்துகொண்டு, உணர்ந்துகொண்டு ஒதுங்க வேண்டும். தயக்கத்தை ஒழிப்பதில் தயக்கமே வேண்டாம்.

16. நமக்குள் இருக்கும் எதிரி

'சார் குரியர்!'

கடிதத்தை வாங்கிப் படிக்கிறாள் வசந்தி. வசந்தியின் சினேகிதி பானு மதுரையிலிருந்து அனுப்பியிருக் கிறாள். வசந்திக்கு வியப்பாக இருக்கிறது. எப்படி பானுவால் மட்டும் 'டக்டக்' கென்று உடனுக்குடன் பதில் விபரங்கள் எழுத முடிகிறது?

விபரங்கள் அனுப்புவது மட்டுமா? பானு எதையும் உடனுக்குடன் செய்துவிடுவாள். ஆனால் வசந்தியால் முடியாது. இன்று வந்த கடிதத்துக்குப் பதில் எழுத வசதிக்குக் குறைந்தது ஒரு மாதம் ஆகிவிடும்.

இவ்வளவு அக்கறையாய் பானு அனுப்பியிருக்கும் ஒரு கடிதத்துக்கு வசந்தி பதில் அனுப்ப ஒரு மாதமாகுமா?

வசந்தியைக் கேட்டால், என்ன சொல்வாள் தெரியுமா? 'நேரமே இல்லை...'

இரண்டு பக்கம் விபரம் எழுதி அனுப்ப நேரம் கிடைக்காத வசந்தி.

ராகவனுடைய ஓட்டுனர் உரிமம் காலாவதி ஆகிவிட்டது. உரிமத்தைப் புதுப்பிக்க, கொட்டி வாக்கத்தில் இருக்கும் ஆர்.டி.ஓ. அலுவலகம் போக வேண்டும்.

இரண்டு மாதங்களாக ராகவனுக்கு நேரம் இல்லை. அவருக்குப் பாவம் ஐந்து கி.மீ. தூரம் நேரில் போய் விண்ணப்பிக்க முடியவில்லை.

ஆங்கில தினசரியில் நல்ல வேலைக்கு ஆள் கேட்டிருக்கிறார்கள். காலையில் சூடான காப்பியுடன் விளம்பரத்தைப் பார்க்கையில் விண்ணப்பிக்க வேண்டும் என்று தோன்றுகிறது. பத்து நாட்களுக்குள் விண்ணப்பிக்க வேண்டும்.

தன்னுடைய பயோடேட்டாவை, தற்போதைய வேலை அனுபவத்தையும் சேர்த்து அனுப்பவேண்டும். நேரம் கிடைக்காமல், அந்த வேலைக்கு விண்ணப்பிக்காமலேயே விட்டு விடுகிறார் தங்கராஜ்.

தினசரி வாழ்க்கையில் எத்தனை சின்னச் சின்ன வேலைகள், முக்கியமானவை 'நேரம் கிடைக்கவில்லை' என்று கெட்டிருக்கின்றன!

படிக்கும் மகன் பள்ளிக்குச் சென்று மகனின் கவனம், நடத்தை, படிப்பு பற்றி ஆசிரியையிடம் கேட்டுத் தெரிந்து கொள்ள எத்தனை பெற்றோருக்கு நேரம் கிடைக்கிறது?

நண்பர், உறவினர் வீட்டில் நடந்த துக்கம் விசாரிக்க பலருக்கு மாதக் கணக்கிலாகிவிடுகிறது. கடன் வாங்கியவரை விசாரிக்க; கட்ட விட்டுப் போனதாகத் தகவல் வந்திருக்கும் இன்சூரன்ஸ் பாலிசியைப் பற்றித் தகவல் கேட்க; உறவினர்களைப் போய்ப் பார்க்க, அதிகமாய்ப் போட்டிருக்கும் வீட்டு வரி விஷயத்தை நேரில் சென்று முடிக்க; கோவில் பிரார்த்தனைகள் முடிக்க, பத்திரிகைகளில், தினசரிகளில் வந்திருக்கும் நல்ல விஷயங்களைப் படிக்க பலருக்கும் 'பாவம்' நேரம் கிடைப்பதில்லை.

'Justice Delayed is Justice Denied' மற்றும் 'A Stitch in Time Saves Nine' என்பார்கள். நேரத்தே செய்யாததனால்தான் எத்தனை சிரமங்கள்.

'நேரம் கிடைக்கவில்லை.'

'டைமே இல்லை... வேலை சரியா இருக்கு.'

'நாளைக்குப் பார்த்துக்கலாம். இப்ப என்ன அவசரம்...? செஞ்சிடலாம்...'

- இவையெல்லாம் பொதுவாகச் சொல்லப்படுகிற சமாதானங்கள். சிலருக்கு எல்லாவற்றுக்கும் நேரமிருக்கிறது. வேறு சிலருக்கோ பலவற்றுக்கு நேரம் இல்லை.

எல்லோருக்கும் ஒரு நாளென்றால் இருபத்து நாலு மணி நேரம்தானே! பானுவால் உடனுக்குடன் பதிலெழுத முடியும்; வசந்திக்கு முடியாதா? சிலருக்கு முடிவது வேறு சிலருக்கு முடியாமல் போகக் காரணம் என்னவாயிருக்கும்?

அவர்களுடைய மனவலிமை அல்லது 'Will'தான் காரணம். ஒரு விஷயத்தைச் செய்ய Will (விருப்பம், உறுதி) இருக்கின்ற பட்சத்தில் நேரம் கிடைப்பதோ, ஒதுக்குவதோ ஒரு பிரச்னையே அல்ல.

இந்த மன உறுதியை வளர்த்துக் கொள்ளுதல் அவசியம். இதற்கு Mental Discipline தேவை. மனித மனம் சக்தி வாய்ந்தது. சாதனையாளர்களுக்கும் மற்றவர்களுக்கும், நிம்மதியாய் இருப்பவர்களுக்கும், மற்றவர் களுக்கும், வெற்றியாளர் களுக்கும், தோல்வியாளர்களுக்கும் இருக்கின்ற வித்தியாசங் களுள் முக்கியமானது அவர்களின் இந்த 'மெண்டல் டிசிப்ளின்' தான்.

அரட்டை அடிப்பது, டி.வி. பார்ப்பது, தூங்குவது, வெறுமனே அமர்ந்திருப்பது, வேடிக்கை பார்ப்பது, பிறரைப் பற்றி பேசுவது... இவற்றைச் செய்ய மூளையும், உடலும் எந்த முயற்சியும் செய்ய வேண்டாம். மிகவும் சுலபமான வேலைகள், செய்வது பலருக்கும் சௌகர்யம்.

அடுத்த கட்ட நடவடிக்கைகள், புத்தகங்கள் படிப்பது, கைக்கு எட்டிய, எல்லாம் தயாராக இருக்கிற சிறு சிறு வேலைகள் செய்வது, அதிக சிந்தனையோ உழைப்போ தேவையில்லை. இதில் வழக்கமாகச் செய்யும் வேலைகளையும் சேர்த்துக் கொள்ளலாம்.

அதற்கும் அடுத்த கட்டம்தான் மூளைக்கு வேலை கொடுக்கக் கூடியது; உடலுக்கும் உழைப்பு. இந்த சின்ன சிரமத்தை நமது மூளையும் மனதுமாகச் சேர்ந்து முடிந்த அளவு தள்ளிப் போடப் பார்க்கும்.

நன்றாகத் தெரிகிறது. இந்தச் சிறிய வேலை பலனுள்ளது, லாபம் தரக்கூடியது என்று. ஆனால் மனமும் மூளையும் சேர்ந்துகொண்டு யோசிக்கின்றன.

வேண்டாமே, கொஞ்சம் உடம்புக்கும் மூளைக்கும் வேலையாயிற்றே. அந்த நேரம் ஏதும் செய்யாது வீட்டில் அமர்ந்து மனைவி கொடுக்கும் டிபனைச் சாப்பிட்டபடி கிரிக்கெட் பார்க்கலாமே.

உடன் செய்ய வேண்டிய வேலைக்கு எதிராகக் காரணங்கள் ஆராயப்படுகின்றன அல்லது உண்டாக்கப்படுகின்றன.

'என்னங்க நாப்பது வயசிலேயே... இப்படித் தொந்தியும் தொப்பையுமாய்...'

மறுநாளிலிருந்து காலையில் 'ஜாகிங்' செய்ய முடிவு செய்கிறார். காலை ஐந்து மணிக்கு அலாரம் அடிக்கிறது. காலைத் தூக்கத்தை இழக்க வேண்டும், ஓட வேண்டும்...

ம்ஹூம், மனமும் மூளையும் கூட்டுக் களவாணிகள். காரணங்கள், சமாதானங்கள். அலாரத்தைத் தலையில் தட்டிவிட்டுப் போர்வையை இழுத்துப் போர்த்திக் குப்புறப்படுத்துக் கொள்கிறார்.

'நாளையிலிருந்து நான் சிகரெட்டை விட்டுப் போறேன்.' ஏன்? இன்றே, இப்பொழுதிலிருந்தே விட்டு விடலாமே! மனதுக்குள் ஒரு சின்ன நப்பாசை. சில சமயங்களில் சோம்பேறித்தனம். நமது உறுதிகளை, திட்டங்களை, நல்லவற்றை நம்முள் இருந்தே கெடுப்பவை.

நாமே உறுதி செய்துகொள்ள வேண்டும்.

இவை இவை முக்கியமானவை, செய்ய வேண்டியவை. மனம் மாற்றிச் சொல்லும். அதை அதட்டப் பழகிக்கொள்ளவேண்டும்.

அதை நமக்கு அடிமையாக்க வேண்டும். நாம் அதற்கு அடிமையாகக் கூடாது.

அலாரம் அடித்ததா? யோசனையே வேண்டாம். ஐந்து நிமிடம் சும்மா படுத்திருக்கலாம் என மனம் ஆசை காட்டும். போர்வையைத் தூக்கி எறிய வேண்டும். 'விருட்'டென்று எழ வேண்டும்.

ஒவ்வொரு விஷயத்திலும், செய்து முடிப்போம் என்ற உறுதி வேண்டும். சிகரெட்டை விடவேண்டுமென்று தீர்மானித்தா யிற்றா? கொளுத்தியதை அப்படியே கீழே போட்டுத் தேயுங்கள். நாளை என்ன நாளை? இன்றே, இப்போதே, இக்கணமே.

ஏமாற்றப் பார்க்கும் சோம்பும் மனதை அடக்கி நம் கட்டுப்பாட்டில் கொண்டுவர வேண்டும்.

நமக்கு நல்லவற்றை, ஆரோக்கியமானவற்றைச் செய்ய நமக்குள்ளே இருக்கும் எதிரியை முதலில் இனம் கண்டு, அழித்து நம்மை நம் முழுக் கட்டுப்பாட்டில் வைத்துக்கொள்ள வேண்டும்.

நாம் ஒரு தீர்மானத்திற்கு வரும் முன்பே, மூளை தடைகளைப் போட முயலும். 'கடிதம்தானே! பிறகு எழுதிக்கொள்ளலாமே.'

விடக்கூடாது. எதிர் கேள்வி கேட்க வேண்டும். அதட்ட வேண்டும்.

'ஏன் இப்ப எழுதுவதற்கு என்னவாம். இப்போது வேற என்ன வேலை?' தயங்கும் மனதுக்குக் கட்டளையிட வேண்டும். 'அதெல்லாம் முடியாது. இப்பவே எழுதித்தான் ஆக வேண்டும். தீர்மானமாய்ச் செயல்படுத்தியே ஆக வேண்டும்.

உடன் ஒரு லெட்டரையும் பேனாவையும் எடுத்துக்கொண்டு எழுத அமர்ந்துவிட வேண்டும்.

ஒவ்வொரு வேலையும் நாம்தான் செய்ய வேண்டும். அதை நேரத்தே செய்தால் நிச்சயமாக முடியும்.

நம் மனதை நம் கட்டுப்பாட்டில் வைத்திருக்க வேண்டும்.

அதன் நொண்டிக் காரணங்களை ஒதுக்க வேண்டும். நாம் செய்ய நினைத்ததை நாம் செய்ய முடியும்; நிச்சயமாக.

17. கேட்காமல் விட்ட சில கேள்விகள்

மயிலை சாய்பாபா கோவிலுக்குப் போயிருந்தேன். மாலை நேரம். தீப ஆராதனைக்காக வந்திருந்தவர் களை அமைதியாக அமரச் சொன்னார்கள். சந்நிதிக்கு எதிராக ஆண்கள் பெண்கள் குழந்தைகள் என பெரும் எண்ணிக்கையில் மக்கள் அமர்ந்தார்கள். நேரம் ஆக ஆக, உள்ளே வருகிற கூட்டம் வழக்கம்போல் அதிகரித்துக் கொண்டேயிருந்தது.

உட்காரத் தயங்கிய ஒரு சிலரை அங்கிருந்த பணியாளர் உட்காருமாறு கேட்டுக்கொண்டார். உட்கார முடியாதவர்களை நகர்ந்து போய்விடச் சொன்னார். அமர்ந்தால்தான் எல்லோரும் அமைதியாக ஆராதனை பார்க்கமுடியும் என்று அவர் விளக்கினார்.

சிலர் நகர்ந்து போய் பின்னால் கடைசியாக சுவர் ஓரம் ஒதுங்கி நின்றுகொண்டார்கள். வேறு சிலர் தூண்களை ஒட்டி. ஒரே ஒருவர் மட்டும் பணியாளர் என்ன சொல்லியும் நகராதது மட்டுமல்ல, அந்தப் பணியாளரைக் கடுமையான முகத்துடன் பார்க்கவும் செய்தார். அதனாலோ என்னவோ பார்க்க பெரிய மனிதர் போலிருந்த அவரிடம் நாசுக்காக பட்டும் படாமலும் சொல்லிவிட்டு, நிற்கிற மற்றவர்களை உட்காரச் சொல்ல அந்தப் பணியாளர் நகர்ந்து விடுவார். இப்படியே சில முறைகள் நடந்தது.

அமர்ந்திருக்கும் எங்களுக்கு இடையே அவர் மட்டும் தனியாக நின்றுகொண்டேயிருந்தார். சாமிக்கு

எதிராக ஹால் முழுக்க மக்கள் அமர்ந்திருக்க, ஒருவர் ஒருவர் மட்டும் விடாப் பிடியாக நிற்கிறார். பணியாளர் மீண்டும் அவரை நெருங்கி, 'சார் எத்தினை வாட்டி சொல்லறது. உட்காருங்க. இல்லாட்டா நகர்ந்து அந்தப் பக்கம் போய் நில்லுங்க' என்றார். முதன் முறையாக அவர் வாய் திறந்த அதட்டலாக 'முடியாதுய்யா. நீ யாருய்யா எனக்குச் சொல்ல? நான் யார் தெரியுமா?'

கேட்டுவிட்டு அவரே, அவர் யார் என்றும், காவல் துறையில் என்ன பெரிய பொறுப்பில் இருக்கிறார் என்றும் சற்றுச் சத்தமாகச் சொன்னார். சொல்லிவிட்டு நிமிர்ந்து அவரையே பார்த்துக் கொண்டிருந்த எங்களையும் சுற்றி ஒரு பார்வை பார்த்தார். அவர் கண்களில், 'இப்ப தெரியுதா நான் யார் என்று! என்பது போன்ற பார்வை.

அவரை நான் கேட்க விரும்பிய, ஆனால் 'சரி, அவருக்குத் தெரியவில்லை. விடு' என்று கேட்காமல் விட்டுவிட்ட அந்தக் கேள்வி, 'சார் நீங்க பெரிய ஆள்தான். அதனால நீங்கதானே முதல்ல ரூலை ஃபாலோ பண்ணணும்!'

●

வேறு ஒரு நாள். அதே சாயிபாபா கோவில். பாபாவைத் தொட்டு வணங்க, பலரும் நீண்ட வரிசையில் நிற்கிறார்கள். நன்கு உடுத்தியிருந்த படோடபமாகத் தெரிந்த ஒரு நடுத்தர வயது

பெண்மணி, சந்நிதிக்கு அருகில் இருக்கும், பார்த்தவர்கள் வெளியேறும் (Exit) கதவுக்கு அருகில் வந்தார். அதன் வழியாக சந்நிதிக்கு உள்ளே போகப் பார்த்தார். அங்கே நின்றுகொண் டிருந்த காவலாளி அவரை அனுமதிக்க மறுக்க, 'என்னப்பா என்னையே தடுக்கிற! நான் இருபது வருஷமா வர்றேன் தெரியுமா!'

என் மனதுக்குள் எழும்பிய, நான் கேட்க நினைத்து, ஆனால் கேட்காமல் விட்ட கேள்வி, 'இவ்வளவு வருஷமா வந்துமா மேடம் இப்படி!'

மற்றொருநாள். அதே கோவில். வரிசையில் மக்கள் நிற்கிறார்கள். அவர்களாக விரும்பி வரிசைக்கு வருகிறார்கள். அமைதியாக வணங்கிச் செல்லுகிறார்கள். கழுத்தில் அடையாள அட்டை ஒன்றை மாட்டிக்கொண்ட ஒரு தன்னார்வப் பணியாளர் வரிசைக்கு அருகில் நிற்கிறார். வரிசையில் நிற்பவர்களைப் பார்த்து அவர் தொடர்ந்து ஏதாவது சொல்லிக்கொண்டேயிருக்கிறார், 'நகர்ந்து நில்லுங்க. இடைவெளி விடாம நகருங்க. சார் நிக்காதீங்க. முன்ன போங்க சார்.'

கூட்டம் அதிகம் இல்லை. வரிசை தன்னால் நகர்கிறது. ஆனாலும் தொடர்ந்து அவரிடம் இருந்து வருகிற கட்டளைகள்.

கேட்காமல் விட்ட கேள்வி, 'செய்ய வந்தது சேவை. ஆனாலும் மனசு செய்ய விரும்புவது அதிகாரமா?'

18. எல்லாம் மாறவே செய்யும்

சென்னை மைலாப்பூரில் அமைந்திருக்கும் ஒரு பூங்காவில் ஒருநாள் காலை நடைப்பயிற்சி செய்து கொண்டிருந்தேன். அங்கேதான் என்றில்லை. காலை நேரத்தில் எங்கே நடந்தாலும், உடல்நலம் தவிர மற்றொரு பயனும் எனக்கு கூடுதலாகக் கிடைக்கும். அது நடப்பவர்கள் செய்யும் சேட்டைகளை வேடிக்கை பார்க்கும் வாய்ப்பு.

பின்பக்கமாகவே நடந்துவந்து கலவரப் படுத்துபவர்கள், எதிர்பாராத நேரத்தில் கைகளை சடாரென அகலவிரிப்பவர்கள், இடுப்பை ஒடித்து நடக்கிறேன் என்று நடனமாடிக்கொண்டே நடப்பவர்கள், நான்கைந்து நண்பர்களாக சேர்ந்து கொண்டு பெஞ்ச்சில் உட்கார்ந்து அரட்டை அடித்த படியே 'நடப்பவர்கள்'; நடையில் கரைக்கும் கொழுப்பைவிட கூடுதலானதை இவர்களைக் குறிவைத்தே அங்கே வந்து விற்கப்படும் சில பண்டங்களை வாங்கிச் சாப்பிட்டு அதிகரித்துக் கொள்ளுபவர்கள், திருமண வரவேற்புக்குப் போவது போல படோடோபமாக உடை அணிந்து வந்து ஜாக்கிரதையாக வேர்த்து விடாமல் நடப்பவர்கள் என்று பல சுவாரசியமானவர்களை அங்கே ஒருசேரப் பார்க்கலாம். அந்த ஜனரஞ்சகத்துக்கு என் பங்களிப்பும் உண்டு. தோளை ஒருபுறமாக சாய்த்துக் கொண்டு, எவரையோ அடிக்கப்போகிற மாதிரியே வேகமாக நடப்பேன் (என்று சிலர் சொன்னதுண்டு).

கட்டுரையில் சொல்லவரும் விஷயம் நடை பற்றியதல்ல. அதற்கு முன் அங்கே நான் பாத்திராத நடையாளி ஒருவரை பார்த்தேன். மனிதரின் நடை நல்ல வேகம். என்னைபோல அவர் சுற்றி முற்றி நடப்பவர்களை எல்லாம் வேடிக்கைப் பார்க்காததும் காரணமாக இருக்கலாம். அவர்தான் எவரையும் பார்க்கவில்லையே தவிர, அவரை எவராலும் கவனிக்காமல் இருக்க முடியவில்லை. மனிதர் வந்த ஓரிரு நாட்களிலேயே பிரபலமாகிவிட்டார்.

காரணம் அவர் டிரவுசர் பாக்கெட்டில் இருந்த டிரான்ஸ் சிஸ்டரும் அதிலிருந்து சத்தமாக ஒலித்த பாட்டுச்சத்தமும் தான். அவர் எந்த இடத்தில் எவ்வளவு தூரத்தில் நடக்கிறார் என்பதைப் பற்றி எவருக்கும் துளிகூட சந்தேகம் வாரத அளவுக்கு அந்த ரேடியோவில் இருந்து பா(கா)ட்டு கத்தல் இருக்கும்.

பெரும்பாலும் அந்த பூங்கா அமைதியாகத்தான் இருக்கும். ஒரே ஒரு பக்கம் மட்டும் சிலர் தரையில் தார்பாலின் விரித்து, முட்டி மடித்து உட்கார்த்து, யோகா செய்வார்கள். கடைசியாக எல்லோரும் ஒருசேர கைதட்டுவார்கள் (அவர்களையே பாராட்டிக் கொள்ளுகிறார்களோ என்று முதல் முறை பார்ப்பவர்கள் நினைத்துக்கொள்ளக்கூடும்) கிளம்புவதற்கு முன், ஆஹாகாகா! ஆஹாகாக!! ஓகோகோ!!! என்று மிகவும் சத்தமாக சிரிப்பார்கள் (மற்றவர்களைப் பார்த்தல்ல. லாஃப்டர் தெரப்பியாம்). அவர்கள் சத்தம், மற்றும் எப்போதேனும் கேட்கும் ஒரு சில போன் பேச்சுகள் தவிர மற்றபடி அங்கு முழு அமைதிதான். எனக்கு என்னுடன்

பேசிக்கொள்ள அந்த இடமும் நடையும் மிகவும் ஏதுவாக இருக்கும்.

இப்படி நடக்கபோன இடத்தில், இவர் என்ன இப்படி சத்தமாக ரேடியோ கேட்டுக்கொண்டு என்று அவர்மீது முதலில் கோபம் வந்தது. அது ஏதோ சுவாமி பஜன் பாடல் பாட்டுதான். ஆனாலும் என்ன? அவர் விரும்பியதை நடக்கவந்திருக்கும் மற்ற அனைவரும் கேட்டுத்தான் ஆகவேண்டுமா என்ன? 'கொஞ்சம் கூட இங்கிதம் இல்லாமல் பலரும் அமைதி தேடிவரும் இடம் என்று யோசிக்காமல் இப்படிச் செய்கிறாரே!' அவரிடம் எப்படி, யார் சொல்லமுடியும் என்று நினைதேன்.

சொல்லவரும் விஷயம் அதுவுமல்ல. அவர் அப்படியே (ரேடியோவுடன்) போகட்டும். அவரைபோல எவ்வளவோ பேர் எத்தனையோ இடங்களில் செய்துகொண்டுதான் இருக்கிறார்கள். இதனை எழுதும் போதுகூட (ரயிலில்) எதிரில் அமர்ந்திருக்கும் ஒருவர் செல்பேசியில் அந்த கூப்பே முழுமைக்கும் கேட்கும் வண்ணம் சத்தமாகப் பேசிக்கொண்டிருக்கிறார். இப்படியெல்லாம் பேசலாமா... சரியா... நாகரிகமா என்று உங்களுக்கும் தோன்றும்.

இப்படி பொது இடங்களில் சத்தமாக பேசுவது அநாகரிகம், இங்கிதம் இல்லை என்றாகிவிட்டது. முன்பெல்லாம் (சிறிய ஊர்களில் இப்போதும் தொடரும்) கல்யாணவீட்டு சவுண்டு செட். (சிறிய ஊர்களில்) ஊருக்கே கேட்கும் எம்ஜியார் சிவாஜி பாட்டுகள். அதற்கு முன்பு தியாகராஜ பாகவதர், பி யு சின்னப்பா பாட்டுக்கள். இன்னமும் பல ஊர்களில் கோவில் திருவிழாக்களில் மாரியம்மன் பாட்டுகள். பிளாட்டுகளின் கீழ் தளத்தில் நடக்கும் ஜெபக்கூட்டங்கள்... சர்ச் பாடல்கள்... மசூதி பேருரைகள்... நடிகர், அரசியல்வாதிகளின் பிறந்தநாள் விழாக்கள்... மொத்த தெருவுக்கே கேட்கும்...

பின்பு வந்தன வால்வு ரேடியோக்கள். வீட்டுக்கு வீடு வைத்து கொள்ளலாம். வீட்டில் வைத்து பாட விட்டால், வீடு மொத்தத்துக்கும் கேட்கும். ஆனால் ரேடியோ இருக்கும் வீட்டுக்கு மட்டும்தான். மொத்த தெருவுக்கோ ஊருக்கோ பிரச்னை இல்லை. மற்றவர்கள் வேறு ஏதும் செய்யலாம். தொந்திரவில்லாமல். ஆனாலும் வீட்டுக்குள் இருப்பவர்களுக்கு வேறு வழியில்லை. அதனை கேட்டுத்தான் ஆகவேண்டும்.

அடுத்து வந்தது பாக்கெட் ரேடியோ. டிரான்சிஸ்டர். ஆளுக்கு ஒன்றுகூட வைத்துக் கொள்ளலாம். வேண்டுமானாலும்

கேட்கலாம். வேண்டாவிட்டால் வேறு எதும் செய்ய விரும்பினால் அணைத்துவிடலாம்.

ஆனாலும் உடன் இருப்பவர்கள், அதே அறையில் இருப்பவர்களுக்குக் கேட்கும். அதையும் தாண்டியாயிற்று. பிரைவசி எனப்படும் தனிநபர் சுதந்திரம் முக்கியம் ஆகிவிட்டது. அதனை சாத்தியமும் ஆக்கியாகிவிட்டது. வாக்மென் வந்தது. காதுக்குள் குமிழை வைத்துக்கொண்டுவிட்டால், பாட்டு அவருக்கு மட்டும் காதுக்குள் வந்துவிழும். எவ்வளவு அறிவியல் தொழில்நுட்ப மாறுதல்கள். இந்தத் துறையில் மட்டும்தான் என்றில்லை. எல்லாத் துறைகளிலும்!

சொல்ல வருவது அறிவியல் வளர்ச்சி பற்றியல்ல.

பொது இடங்களில் வேறு எவருக்கும் தொந்தரவில்லாமல் நாம் கேட்கவேண்டியதைக் கேட்கலாம். அதற்கான வசதிகள் வந்தாயிற்று. பலரும் அதையே செய்கிறார்கள். பூங்காவில் பார்த்த நபரைப் போன்ற மிகச் சிலரைத் தவிர. அதனால் வந்திருக்கும் சமூக மாற்றம், சிந்தனை மாற்றம். அதனால்தான் சத்தமாக கேட்பது பேசுவது நாகரிகமில்லை என்று நினைக்கத் தோன்றுகிறது. முன்பு சரியாக இருந்தது இப்போது சரியில்லை என்றாகிவிட்டது.

எல்லாம் மாறுகின்றன. அவற்றில் பலவும் முன்னேற்றமாகவே இருக்கின்றன. அவற்றை எல்லோருமே சந்தோஷமாகப் பயன்படுத்துகிறோம். இருபது முப்பது ஆண்டுகளுக்கு முன்பாக குறிப்பிட்ட முக்கியமான புத்தகம் தேடி அலைந்தவர்களுக்கு அதன் சிரமம் தெரியும். கிடைக்கவே கிடைக்காது. திரையிடப்பட்டபோது தவறவிட்ட திரைப்படங்களைக் காண்பது, கேசட்டுகள் கண்டுபிடிப்பு வரும்வரை எளிதாகவா இருந்தது? அதைக்காட்டிலும் சுலபமாக்கிய சிடியை விடவும் அடுத்து வந்த இணையதள தரவிறக்கமும், ஐ பாடும் மேலும் சுலபமாக்கி விடவில்லையா?

நடந்தே போவதும், மாட்டுவண்டிகளும், கடிதாசி போடுதலும், டிரங்கால்களும் மாறிப்போனது என்ன சிரமமாக கொடுக்கிறது? வளர்ச்சி இல்லாமல் முடியாது என்பதல்லவா நிலை!

பாட்டு, உணவு, படங்கள், படிப்பு வீடு, ஊர், வண்டிகள், உலகம் எல்லாம் மாறிவிட்டன. மாறவே செய்யும். மாறுவது தான் இயற்கை. ஏதாவது புதிதாகச் செய்தாகவேண்டும் என்பதுதான் ஒவ்வொரு மனிதனின் துடிப்பும். எல்லோருக்கும் அவர்களைக்

காட்டிக்கொள்ள, நிரூபித்துக்கொள்ள, நிலைநாட்டிக்கொள்ள வேண்டியிருக்கிறது. அதனால் ஏதாவது செய்துகொண்டேயிருக் கிறார்கள். இருந்து இருந்தபடியே இருக்க, அவர்கள் பொம்மைகள் இல்லை.

செல்போன் ஆரம்ப கால மாடல்களுக்கும் தற்சமயம் வந்திருக்கும் மாடல்களுக்கு இடையேதான் எவ்வளவு வேறுபாடு! எல்லாம் வெறும் எட்டு, பத்து வருட காலத்தில்! விவசாய முறை மாறுகிறது; சாப்பிடுகிற உணவு மாறுகிறது வேலை செய்யும் நேரங்கள், வேலை கொடுக்கும் தேசங்கள், சம்பாரிக்கும் கரன்சிகள், சம்பளத்தில் உள்ள இலக்கங்கள் எதுதான் அப்படியே இருக்கிறது?

அலைக்கற்றைகளில் 1 ஜி, 2 ஜி போய் 3 ஜி வந்துவிட்டது. 4ஜி வரும். 5, 6 எல்லாம் வரலாம், அல்லது அந்த டெக்னாலஜியே மாறலாம். எல்லாம் இனி இப்படித்தான் வேகமாக வரும். வேறு வழியில்லை. சில ஆண்டுகள் சரித்திரம் உள்ளவையே இவ்வளவு மாறினால், மனிதன் எத்தனை பழைய ஆள். அவன் மாடல் எத்தனாவது ஜி ஜெனரேஷன்! லட்சம் ஜி இல்லாவிட்டாலும் சில ஆயிரம் ஜிக்குக் குறைவிருக்காது!! அவனிடம் மாறுதல்கள் வராமல் இருக்குமா? அவன் எப்படி அப்படியே இருக்க முடியும்? மாறவே செய்வான். அட்ஜஸ்ட் செய்துகொள்ளவேண்டும். செய்பவர்கள் நிம்மதியாக இருக்கிறார்கள். இல்லாதவர்கள் சிரமப்படுகிறார்கள்.

மைக்ரோசாப்ட் எம்.எஸ்.ஆபிஸ் மாடல்கள் வேறு. MS Office 2000 வேறு. 2003, 2007 மற்றும் 2010 எல்லாம் முன்னதைவிட மேம்பட்டவை. பின்னதில் உருவாக்கியனவற்றை முன்னதில் பயன்படுத்த முடியாது. எல்லோருடனும் சகஜமாக பழக நாம் தான் நம்மை 'அப்கிரேட் செய்து கொள்ளவேண்டுமே தவிர அவர்களை எல்லாம் நமக்காக பழைய மாடலிலேயே இருக்கச் சொல்ல முடியாது. காரணம், அவர்களுடைய உலகத்தில் பெரும் பாலானவர்கள் புதியவிதங்களில் இருக்கிறார்கள்.

எல்லாம் மாறிக்கொண்டிருக்க, மக்கள் மட்டும் நம் பிள்ளைகளும் அவர்களை கட்டிக்கொண்டவர்களும் மட்டும் அப்படியேவா இருக்கமுடியும்? 'அந்தக் காலத்தில் எப்படி ஸ்கூலுக்கு போனேன் தெரியுமா?' 'எங்கப்பா முன்னாடி உட்காரக்கூட மாட்டேன். நின்னு பேச மாட்டேன். அவ்வளவு பயம், மரியாதை'. சொல்லலாம். சரிதான். ஆனல் இன்று அப்படி எதிர் பார்க்க முடியாது. எதிர்பார்க்கவேண்டாம். சிரமமே மிஞ்சும்.

எல்லாம் மாறிக்கொண்டிருக்க, நம்மோடு நடந்துகொள்ளும்விதம் மட்டும் அவர்களிடம் மாறக்கூடாது என்றால் அது எப்படி சாத்தியமாகும்? தினசரி பூக்கும் பூக்களைபோல அவர்கள் வாழ்க்கையில் மாறுதல்கள் அடுக்கடுக்காய், அலையலையாய் வந்துகொண்டேயிருக்கின்றன. அவர்கள் பூத்திருப்பது புதிய உலகத்தில், சந்திப்பது கூடுதல் சவால்களை, பெற்றிருப்பது முன்னில்லாத வசதிகளையும் வாய்ப்புகளையும். நாம் நம் பெற்றோர்களைவிடக் கூடுதலாக பெற்றதைப் போலவே.

அவர்கள் தலைமுறை வேறு. அவர்களின் அனுபவங்கள், படிப்பு, நண்பர்கள் எல்லாம் வேறு. எல்லாம் மாறுகிறது என்று குறைபட்டுக்கொள்ளவேண்டாம்; புலம்பவேண்டாம். எல்லாம் மாறும். எதுவும் நிற்காது. யாருக்காகவும் அப்படியே இருக்காது. இதுதான் நிஜம். நாம் வெற்றியாளரேதான். சாதித்தவர் சம்பாதித்தவர் பலருக்கும் கொடுத்தவர் செய்தவரேதான். அதனால் என்ன? அதையே சொல்லிக்கொண்டிருக்க மாட்டார்கள். பழையதையே பாராட்டிக்கொண்டிருக்க மாட்டார்கள். நம்மைச் சுற்றியே உலகம் ஓடிக்கொண்டிருக்க முடியாது. ஓடுகிற ரயில் நாமும் ஒரு பெட்டி. ஸ்டேஷனைத் தாண்டி நகர்ந்தே ஆகவேண்டும். வேறு பெட்டிகள் வரும்,

பல பெட்டிகளுடன் வேறு ரயில்களும் வரும். அடுத்தடுத்த நாட்களிலும் இப்படி பல ரயில்கள் ஆயிரக்கணக்கான பெட்டி களுடன் வந்துகொண்டேயிருக்கும்.

நமக்கு சௌகர்யமாக இல்லை என்பது வேறு, அது மாறுவது சரியில்லை என்பது வேறு. பின்னதை நாம் சொல்லமுடியாது. மனது ஏற்றுக்கொள்ளதவரைதான் பிரச்னை. ஏற்றுக்கொண்டு விட்ட அடுத்த வினாடியே கனம் குறைந்துபோகும். மனது தக்கையாகிவிடும்.

சொல்வது இதைத்தான். ரகசியமாக, உங்களுக்கு மட்டும் சொல்லுகிறேன். இன்றைய உலகம் என்பது நேற்றைய உலகின் தொடர்ச்சிதான். ஆனால் நேற்றைய உலகமல்ல. இதையே ஆங்கிலத்திலும் சொல்லுகிறேன். Today's world is no doubt the continuation of the past, but not the past.

அனுசரித்துப் போகிறவர்களுக்கு கண்டிப்பாக மன அமைதி உண்டு.

19. மற்றவர்களையும் சேர்த்துக்கொள்ளுதல் அவசியம்...

‘எனக்கு யாரும் உதவ மாட்டேங்கறாங்க. எனக்குப் பிரச்னை வந்தா, நான் தனி யாளாத்தான் சமாளிக்க வேண்டியிருக்கு. உலகத்துல யாருமே நல்லவங்க இல்லை. எல்லாரும் சுயநலவாதிங்க.’

பலரும் இதுபோலச் சொல்வதைக் கேட்டிருக்கிறோம். மிகச் சுலபமான குற்றச்சாட்டுகள்.

இத்தகைய குற்றச்சாட்டுகளில் உண்மை இருக்கிறதா? ஒரு பாதியில் உண்மை இருக்கிறது. ஆனால், ஏன் அந்த நிலை என்பதற்குக் காரணம் சொல்கிறார்களே, அந்த அடுத்த பாதியில் உண்மை இருக்கிறதா என்பதைக் கொஞ்சம் ஆராய வேண்டியிருக்கிறது.

ஏன் சிலருக்கு எல்லா உதவிகளும் கிடைக்கின்றன. வேறு சிலருக்குக் கிடைப்பதில்லை? சிலருக்குப் பிரச்னை வந்தால், உதவ முன்வருபவர்கள் ஏன் குறைவாக உள்ளார்கள்? காரணம் என்ன? ஏன் அந்தச் சிலர் தனியாட்களாகச் சிரமப்பட வேண்டியுள்ளது?

சிலரின் இதுபோன்ற நிலைக்கு மற்றவர்கள் காரணமா... அல்லது அவர்களேதான் காரணமா? இந்த ‘உலகத்தில் பல சரியில்லைதான். அவற்றைத் திருத்தி அமைக்க வேண்டும். அவற்றில் நாம் நிச்சயம் திருத்தக்கூடிய பகுதி, நாம் இருக்கும் பகுதிதான்’

என்று ஒரு கூற்று உண்டு. நம்மை மாற்றிக் கொள்வது சுலபம் - அடுத்தவர்களை மாற்றுவதைக் காட்டிலும்.

சரி. நம்மிடமே மாறுதல்களைச் செய்யலாம் என்று ஒப்புக் கொண்டால், எவரும் உதவ வராத பிரச்னையிலிருந்து மீள நம்மிடம் என்ன மாறுதல்களைச் செய்யலாம் என்று பார்க்கலாம்.

புகழ்பெற்ற ஒரு தொழிற்சாலையில் கபாடியா என்பவர் மேலாளர் பதவிக்குத் தேர்வு செய்யப்பட்டார். அந்தத் தொழிற்சாலையில் அவர் பாதுகாப்புத் துறைக்குப் பொறுப்பாளராக ஆக்கப்பட்டார். அதாவது 'சேஃப்டி' டிபார்ட்மெண்டுக்கு. தொழிற்சாலையில் விபத்துகள் ஏற்படாமல் பார்த்துக்கொள்ளும் பொறுப்பு துறை அவருடையது. அந்த வேலையில் சேர்ந்ததும், கபாடியா தடாலடியாகப் பல மாற்றங்களைக் கொண்டு வந்தார்.

பாதுகாப்புக் காலணிகள் அணியாது எந்த ஊழியரும் வேலை செய்யக்கூடாது. வெல்டிங், கிரைண்டிங் செய்பவர்கள் கண்களுக்குப் பாதுகாப்புக் கண்ணாடி அவசியம் அணிய வேண்டும். எலெக்டிரிக்கல் ரிப்பேர் வேலைக்கு இவரிடம் கட்டாயம் முன் அனுமதி வாங்க வேண்டும். Hand grinders எதுவும் guard இல்லாது இருந்தால் அவற்றை உபயோகப்படுத்தக் கூடாது.

இவருடைய முயற்சிகளுக்குப் பலன் தெரிய ஆரம்பித்தது. உடன் இவர் கெடுபிடிகள் பற்றி உற்பத்தி, பராமரிப்பு, பர்சனல் மற்றும் குவாலிட்டி டிப்பார்ட்மெண்டுகளின் மேலாளர்களுக்கு எரிச்சலாக இருந்தது. அவர்களிடம் சொல்லாமலே கபாடியா மாற்றங்களை நடைமுறைப்படுத்தினார். பாதுகாப்பு பற்றியது என்பதால் மற்றவர்கள் வேறு வழியில்லாமல் வாய் மூடியிருந்தனர்.

தொழிற்சாலையில் விபத்துகள் குறைந்ததைப் பற்றி புள்ளிவிவரங் களைச் சேகரித்தார் கபாடியா. அவரைப் பற்றி அறிவிப்புப் பலகைகளில் சிறப்பான அறிவிப்புகளை அவரே செய்தார். புள்ளிவிவரச் சுற்றறிக்கைகளில் பெருமையுடன் அவரே கையெழுத்திட்டார். ஊழியர்கள் அவரைப் பாராட்டினார்கள். தொழிற்சாலையில் அவர் பேசப்பட்டார். அவர் மனதும் பெருமையில் இருந்தது. நிமிர்ந்த நடை, மேலும் புதிய கட்டுப் பாடுகள் என போய்க்கொண்டிருந்தது காலம். மொத்தத்தில் அந்த நிறுவனத்தின் சேஃப்டி என்றால் அவர்தான் என்ற தோற்றம் ஏற்பட்டது.

திடீரென்று ஒருநாள் தொழிற்சாலையில் ஒரு கோர விபத்து நிகழ்ந்துவிட்டது. தொழிலகத்தின் மேற்கூரையான ஆஸ்பெஸ்டாஸ் தகடைப் பழுதுபார்க்கப் போன ஒப்பந்தத் தொழிலாளி சுகுமார் என்பவர், சுமார் 25 அடி உயரத்திலிருந்து கூரையைப் பொத்துக் கொண்டு கீழே விழ, மண்டை உடைந்து, உடன் இறந்து போனார்.

போலீஸ், ஃபேக்டரி இன்ஸ்பெக்டர்கள், தொழிலாளர்கள் எனப் பலரும் போட்டு வாட்டி எடுக்க, எல்லோரையும் கபாடியா மட்டும் தனியாகச் சமாளிக்க வேண்டியிருந்தது. உதவிக்கு யாரும் வரவில்லை. இன்னும் சொல்லப் போனால் தூரத்தில் நின்றுகொண்டு சக மேலாளர்கள் அவற்றை வேடிக்கை பார்த்தார்கள். கிட்டத்தட்ட அவர் எப்போது விழுவார் (waiting for his failure) என்று காத்திருந்தது போல இருந்தது.

அவர்கள் அனைவரும் கெட்டவர்களா... சுயநலவாதிகளா? யோசிக்க வேண்டும். கபாடியாவுக்கு ஏன் இந்த நிலை? அவருடைய கடந்த ஓராண்டு செயல்பாடுகள் எப்படியிருந்தன?

- எல்லாம் தன்னால்தான் என்ற நினைப்பு. நான் சர்வ அதிகாரமும் படைத்தவன், நான் சொல்லுவதை மற்றவர்கள் எல்லாம் கேட்டாக வேண்டும் என்ற அணுகுமுறை. எல்லா நன்மைக்கும் எனக்கே பெயர் வரவேண்டும் என்ற பேராசை. தன்னைப் பற்றிய மிகப் பெரிய தற்பெருமை. மற்றவர்களுக்கு மதிப்பு கொடுக்காத செயல் பாடுகள். யாரையும் ஈடுபடுத்தாத, கலந்தாலோசிக்காத குணம்.

இவையெல்லாம் மற்றவர்களை கபாடியாவிடமிருந்து விலக்கி விட்டன. அவரை விட்டு ஒதுங்கிவிட்டார்கள். கபாடியாவின் வெற்றியில் அவர்களுக்கு ஈடுபாடு இல்லை. ஏன்? இன்னும் சொல்லப் போனால், அவர் கீழே விழக் காத்திருப்பார்கள். விழுந்துவிட்டால், ஒரு சிலர் கை கொட்டிக்கூடச் சிரிக்கலாம்.

இது கபாடியாவுக்கு மட்டும் ஏற்படும் நிலையா? இல்லையே. சிறப்பாகவே செய்தாலும் மற்றவர்களைக் கலக்காமல், மதிக்காமல் செய்யும்போது வீடோ, பள்ளியோ, கல்லூரியோ, அரசியல் கட்சியோ, அரசாங்கமோ, அது எந்த இடமாக இருந்தாலும் நிலை இதுதானே! Polarisation என்பார்கள். தனிமைப்படுத்தப்படுதல்.

சம்பந்தப்பட்டவர்களை ஆரம்பம் முதல் கலந்து கொள்ளுவது உதவும். அவர்கள் யார்... அவர்களை நம்மோடு ஒப்பிடுகையில் அவர்கள் தகுதி என்ன... என்றெல்லாம் அதிகம் சிந்திக்க வேண்டாம். எவருக்கும் அவர்களை மதிப்பது பிடிக்கும். எதற்கும் Buy in வேண்டும். முக்கியமாக அது அவர்கள் சம்பந்தப்பட்ட விஷயமாக இருக்கும் போது. சாதாரணமாக ஒருவருக்கு உடைகள் எடுப்பது என்றால் கூட போட்டுக் கொள்பவர் பார்த்து தேர்வு பண்ணச் செய்வதுபோல, கட்டிக் கொள்ளப்போகிற பெண்ணிடம் பையனைப் பற்றி விவரம் ஏதும் சொல்லாமல், புகைப்படம்கூடக் காட்டாமல் செய்தால் என்ன ஆகும்? இது அவர்கள் சம்பந்தப் பட்ட விஷயம் என்பதை உணர்ந்திருக்கிறோம் என்பதை உணர்த்துதல் அவசியம்.

அடுத்தவர்களை மதிப்பது எப்படி? அவர்களுக்கு அதை எப்படிப் புரிய வைப்பது?

நான் இப்படிச் செய்யலாமென்றிருக்கிறேன். உங்கள் கருத்து என்ன... நீங்கள் என்ன நினைக்கிறீர்கள்? எனக்கு ஒரு பிரச்னை இருக்கிறது. உங்கள் ஆலோசனை என்ன? இதை நீங்கள் தொடக்கி வைக்க முடியுமா? இதில் நீங்கள் கலந்துகொள்ள முடியுமா? - உங்கள் ஆசீர்வாதம் வேண்டும். நீங்கள் இதை வாழ்த்த வேண்டும். இவற்றை உதட்டளவில் வெளி வார்த்தைகளாகச் சொல்லாமல் உண்மையாகச் செய்து பாருங்கள். Two heads are better than one என்பார்கள். அதற்கும் மேலே... மனிதர்களுக்குத் 'தங்களைக் கலந்துகொள்ள வேண்டும்' என்ற தேவை இருக்கிறது- சிறப்பாகப் பணியாற்றக் கூடிய பலரும் - அது அலுவலகமாகவும் இருக்கலாம், வீடாகவும் இருக்கலாம் அல்லது வேறு

இடமாகவும் இருக்கலாம் - தோல்வியடைய இப்படி மற்றவர் களை அரவணைத்துச் செல்லும் குணம் இல்லாததுதான் காரணம்.

ஒரு கல்லூரியில் கருத்தரங்கம் ஒன்றை மாணவர்களே ஏற்பாடு செய்ய வேண்டும். செய்தார்கள். ஏகப்பட்ட பேச்சாளர்கள், பெரிய மனிதர்கள் அனைவருடைய வசதியும் தெரிந்து, தேதிகளைக் கேட்டு, பெற்றாகிவிட்டது. இறுதியாக அழைப்பிதழ் அடிக்க வேண்டும். அது ஒன்றுதான் பாக்கி. அதற்குப் பணம் எடுப்பதற்காக, கல்லூரி வங்கிக் கணக்கில் இருந்து பணம் எடுக்க வேண்டும். அதற்காகச் செக்கில் கையெழுத்து வாங்க கல்லூரி முதல்வரிடம் போனார்கள். ஏதும் சொல்லாது கையெழுத்து மட்டும் கேட்டார்கள்.

கருத்தரங்கில் பேச இருக்கும் பேச்சாளர்கள், முதன்மை விருந்தினர்கள் குறித்த விவரங்களை முதல்வரிடம் அவர்களாகச் சொல்லவில்லை. முதல்வர் ஒவ்வொன்றாகக் கேட்கக் கேட்க, அவர்கள் விவரம் சொல்லச் சொல்ல, அவர் முகம் மலர்வதற்குப் பதில் கோபத்தில் சிவந்தது. 'நான் ஒருவன் 25 வருடமாக இந்தக் கல்லூரியில் உட்கார்ந்திருக்கேன். நேத்து வந்த பசங்க நீங்க ஆடுறீங்களா!' என்று அவர் வெளியில் சொல்லவில்லை. ஆனால், மனதுக்குள் கருவியபடி, சில நொண்டிச் சாக்குகள் சொல்லி கருத்தரங்கத்தின் தேதியை மாற்றிவிட்டார். அவ்வளவுதான். தேதி ஒத்து வராது பேச்சாளர்கள் சிலர் மறுக்க, மொத்த நிகழ்ச்சியும் சிதறுண்டது.

அதீத ஆர்வம் காரணமாக மாணவர்கள் முதல்வரிடம் ஏதும் கலக்காமலேயே, முடிவுகள் எடுத்துச் செயல்பட, அவருடைய ஈகோ அடிபட்டு விட்டது. 'ஓஹோ, இப்படியா! நான் யார், என் சக்தி என்ன என்று காட்டுகிறேன் பார்' என்கிற மனோபாவம் கல்லூரி முதல்வருக்கு வந்துவிட்டது.

இது சரியா? ஒரு முதல்வர் மாணவர்களின் இதுபோன்ற முயற்சிகளைப் பாராட்டுவதற்குப் பதில் இப்படியா செய்வார்? செய்யக்கூடாதுதான்.

நாம் முதல்வரைத் திருத்துவது சுலபமா அல்லது நம் நடவடிக்கையை மாற்றிக் கொள்வது சுலபமா? நம் நடவடிக்கையை மாற்றிக் கொள்வதுதான் சுலபம்.

மாணவர்கள் ஆரம்பத்திலேயே முதல்வரைக் கலந்து ஆலோசித் திருக்கலாமே. அவர்தானே கல்லூரி முதல்வர். அவருக்கும் இந்த நிகழ்ச்சி எப்படி நடக்க வேண்டும்? யார் யார் பேசினால் நன்றாக

இருக்கும்? கல்லூரிக்கு உதவுபவர்கள் யார் யாரென்றெல்லாம் கருத்து இருக்குமல்லவா! அதையேன் மாணவர்கள் யோசிக்க வில்லை?

அவசரம். சிறப்பாக முடிக்க வேண்டும் என்ற ஆர்வம். 'நம்மால் முடியாதது எதுவும் இல்லை. எவர் உதவியும் தேவையில்லை' என்ற அணுகுமுறை.

எல்லாம் அவன்தான்னு ஆடுறான்ல... அவனே எல்லாத்துக்கும் மாலை போட்டுக்கிறான்ல... இதுக்கும் அவனே பதில் சொல்லட்டும், நமக்கென்ன...

விடுய்யா... தனியா மாட்டுனாத்தான் அடுத்தவங்க அருமை தெரியும்.

விட்டு விடுவார்கள். உதவிக்கு ஆளிருக்காது. மகிழ்ச்சியையும் பெருமைகளையும் பங்கு போட்டுக் கொள்பவர்களின் சிரமங்களையும் கஷ்டங்களையும் பங்கு போட்டுக்கொள்ள ஆளிருப்பார்கள்.

நம்மாலேயே முடியும் என்றால்கூட, ஒரு பங்கேற்புக்காகவே அனைவரையும் ஈடுபடுத்த வேண்டும்.

பையனுக்குக் கல்யாணம் வச்சிருக்கு, முன்னாடியே வந்திடணும்... நீங்கதான் சாப்பாட்டைப் பார்த்துக்கணும். எல்லாரையும் விசாரிக்கணும்.

பெண்ணுக்குப் புடவை வாங்கணும், நீங்களும் காஞ்சிபுரம் வர முடியுமா? உங்கள் செலக்ஷன் நல்லாயிருக்குமே...

வருகிறார்கள். வர முடியாது போய்விடுகிறார்கள். அது விஷயமல்ல. அவர்களுக்கு நம் விஷயத்தில் எதிர்ப்பு இருக்காது. ஈடுபாடு வந்துவிடும்.

மற்றவர்களை எல்லாம் ஒதுக்கிவிட்டு நாம்தான் என்று செய்கையில் நம்மைக் கூர்ந்து கவனிக்கிறார்கள். 'நீ என்ன ரொம்ப ஒழுங்கோ, உன்னால்தான் முடியுமோ... உனக்கு மட்டும்தான் தெரியுமோ... நீ தப்பே பண்ண மாட்டியோ... நாங்கள் எல்லாம் என்ன முட்டாள்களா?'

வாய்விட்டுக் கேட்க மாட்டார்கள். ஆனால், அவர்களை அறியாமல் அப்படி ஒரு அணுகுமுறை வந்துவிடும். Polarisationதான். ஒருவருக்கு எதிராக மற்ற அனைவரும், நம் தேசத்தில் எமர்ஜென்சி காலத்தைப் பார்த்தவர்களுக்குத் தெரியும். எமர்ஜென்சி கொண்டு

வந்த அன்றைய பிரதமர் இந்திரா காந்திக்கு எதிராக அத்தனை பேரும் ஒன்றாக ஓர் அணியில்.

மற்றவர்களை 'இன்வால்வ்' பண்ணும்போது மற்றவர்களுக்கும் பெருமை, மதிப்பு. அது நமக்குப் பன்மடங்காகத் திரும்பி வரும்.

விரும்பி, முயன்று முக்கிய விஷயங்களிலாவது சம்பந்தப்பட்ட அனைவரையும் சேர்த்துக்கொள்வது அவசியம்.

20. பாராட்டினால் என்ன!

ஒரு காய்கறிக் கடை. லட்சுமியம்மாள் காய் வாங்க வந்திருக்கிறார்கள்.

'கத்திரிக்காய் என்ன விலைய்யா?'

'நீங்களாம்மா! மகாலெட்சுமியாட்டம் வந்திருக்கீங்க காலங்கார்த்தால். எடுத்துக்கங்கம்மா.'

'விலை என்ன சொல்லு.'

'விலை என்னாம்மா பொல்லாத விலை. நீங்கதாம்மா காலையில முதல் போணி பண்ணுறீங்க. உங்க ராசியான கையால் எடுத்துக்கோங்கம்மா...'

'நல்லதாப் பார்த்து அரை கிலோ போடு...'

இருபது ரூபாயைக் கொடுத்து விட்டு மலர்ந்த முகத்தோடு வீடு திரும்புகிறார்கள்.

அடுத்து ஒரு விளையாட்டு மைதானத்துக்குப் போவோம்.

ரமேஷ் கிரிக்கெட் விளையாடிக் கொண்டிருக்கிறான். அவன் 'பௌல்' செய்கிறான். பந்தை நன்கு தேய்த்து வீசப் போகும் போதுதான் கவனித்தான். யாரது..? மைதானத்துக்குள் ஜீன்ஸ் பாண்டும், 'டி' சர்ட்டும் அணிந்த மூன்று பெண்கள் நுழைகிறார்கள். அந்த

இளம்பெண்கள் அங்கு நடக்கும் கிரிக்கெட் விளையாட்டைக் கவனமாகப் பார்த்தபடி வந்தார்கள்.

பிடித்தது சனி - அங்கே மட்டை பிடித்து 'பாட்' செய்து கொண்டிருந்தவனுக்கு. ரமேஷ் முன்பைவிட வேகமாக ஓடி வந்து பந்தை எறிந்தான். அந்த வேகத்துக்கு ஈடுகொடுக்க முடியாது மட்டை பிடித்தவன் கிளீன் போல்ட் ஆனான்.

அந்தப் பெண்கள் கொஞ்சம் சும்மா இருக்கக் கூடாதா...! கையைத் தட்டி ரமேஷின் பந்து வீச்சைப் பாராட்டினார்கள். அடுத்து ஆட வந்தவனுக்கு தன்னை நோக்கி ரமேஷ் எப்படி பந்து வீசினான் என்றே தெரியாது. ஸ்டம்ப் உடைந்து நொறுங்கியது.

அடுத்து ஒரு வீடு. வேலை செய்யும் சரசுவிடம் வீட்டுக்கார அம்மாள் மரகதம் பேசிக்கொண்டிருக்கிறாள்.

'ஏம்மா... சரசு நீ கழுவின பாத்திரமா இது! ஆச்சரியமா இருக்கே?'

'ஏன்ம்மா... என்ன விஷயம்?'

'இல்லை, நீ கழுவின பாத்திரம்னா அப்படியே கண்ணை மூடிக்கிட்டு பாலைக் காய்ச்சலாமே, ஆனா இது உள்ள பாரு எப்படி 'பிசுக்... பிசுக்குன்னு இருக்கு...'

'அதைக் கொண்டா இப்படி... அதான் சொல்றது... இந்த சரசு வேலை செய்யறப்ப யாரும் தொந்திரவு பண்ணா தீங்கன்னு...'

கையில் வாங்கிச் சென்று மீண்டும் நன்கு துலக்கி 'பளபள' என்று கொண்டுவருகிறாள்.

இந்த மூன்று நிகழ்ச்சிகளிலும் ஒரு ஒற்றுமையைக் கவனித்திருக் கலாம். பிரச்னை அதிகமின்றி மனமுவந்து சிறப்பாக வேலை நடந்ததைப் பார்த்தோம்.

'உங்கள் கை ராசியான கை... நீங்கள் லட்சுமிகரம்.'

'ஆகா, நீ எப்படி பந்து வீசுகிறாய்? நாங்கள் ரசிக்கிறோம்.' கைதட்டல் சொல்லாமல் சொல்லிய வார்த்தைகள்.

'நீ கழுவியதிலா அழுக்கு? நம்ப முடியவில்லையே. உன் வேலையின் தரம் மிக உயர்ந்தது.'

இந்த வார்த்தைகள் செய்ததுதான் மாயம். ரமேஷின் பந்து வீச்சு வீர்யம் பெற்றது; வேலை செய்யும் சரசு முகத்தைச் சுளிக்காமல், பாத்திரத்தை இரண்டாவது முறை கழுவிக்கொண்டு வந்தாள்; அதிக பேரம் செய்யாமல் கத்திரிக்காய் வாங்கச் செய்தது.

மாறாக, 'முதல்ல கத்திரிக்காயில் இருந்து கையை எடும்மா... காலங்கார்த்தால் வந்துட்டாங்க... சே!' என்று காய்கறிகாரர் சொல்லியிருந்தாலோ, 'ஆ... ஆகா... கா' எனக் கேலியாகப் பெண்கள் ரமேஷின் பந்து வீச்சு ஓட்டத்தைக் கேலி செய்திருந்தாலோ, 'உனக்கு எதுக்குச் சம்பளம் குடுக்குறமுன்னே தெரியலை... எல்லாப் பாத்திரத்தையும் நாங்க ஒரு வாட்டி கழுவுறதுக்கு, இதப்பாரு 'பிசுக் பிசுக்'ன்னு' என்று மரகதம்மாள் சொல்லியிருந்தாலோ வேலை நடந்திருக்குமா? அடுத்த விக்கட்டும் உடன் விழுந்திருக்குமா?

பாராட்டு என்பது மிகச் சிறந்த ஊட்டச்சத்து. நீர், உணவு, காற்று போல மனிதர்களுக்குப் பாராட்டும் தன்னை மதிக்கிறார்கள் என்ற எண்ணமும் தேவை.

அவ்வளவு ஏன்? கடவுளுக்கே நூற்றியெட்டு, ஆயிரத்தெட்டு என்று போற்றிகள் தேவைப்படவில்லையா?

அந்தப் பாராட்டு மிகைப்படுத்தப்பட்டதாக இருக்கக் கூடாது. பாராட்டவேண்டும் என்பதற்காக சம்பந்தா சம்பந்தம் இல்லாமல் பேசக் கூடாது. பார்க்க சுமாராய் கறுப்பாக இருக்கும் ஒரு நண்பனை, 'நீ அஜித் மாதிரி இருக்கேடா' என்று சொல்லி பிரச்னையை அதிகமாக்கிக் கொள்ளக்கூடாது.

யாரிடம் இப்படி எல்லாம் பேசவேண்டும் என்கிறீர்களா? உங்களுக்கா தெரியாது? சும்மா தெரியாதது போல் கேட்கிறீர்கள் (எப்படி என் பேச்சு கவனித்தீர்களா?) என்பேன்.

எல்லோரிடமும்தான். பேப்பர் போடும் பையனிலிருந்து கோவில் குருக்கள் வரை, நம்ம வீட்டுப் பெரியவர்கள் முதல் அலுவலக நண்பர்வரை எல்லோரிடமுமேதான்.

பலன் வேண்டுமே நமக்கு எதிலும். இதிலும் இருக்கிறது. நம்மைப் பார்த்தால் முகத்தைத் திருப்பிக்கொள்ளமாட்டார்கள். புன்னகைப்பார்கள். நம்மை விரும்புவார்கள். நம்மை ஒதுக்க மாட்டார்கள்.

நாலு பேர் பையைத் தூக்கிக்கொண்டு கடையில் நிற்கும்போது, 'சாருக்கு என்ன வேணுமின்னு கேட்டு முதல்ல போடு' என்று கடைக்காரர் சொல்லலாம்.

'எங்கே உங்களை ரொம்ப நாளாக் காணோம்' என்று ஓரிரண்டு நாட்களானாலே நண்பர்கள் கேட்பார்கள். எல்லாம் எதனால், இன்முகத்துடன் மற்றவர்களின் நல்ல குணங்களை வெளிப்படை யாகச் சொல்வதனாலேதான்.

மாறாக, நம்மில் பலர், நம்மைப் பற்றியே அதிகமாக நினைப்ப தனால், மற்றவர்களிடம் உள்ள குறைகளைப் பெரிதுபடுத்திப் பேசிவிடுகிறோம்.

'நீங்க அப்படி செஞ்சது நல்லால்ல...'

'உங்களுக்கு ஏன் சார் 'டார்க் கலர்' சட்டை ?'

'விலை கூடக் குடுத்துட்டடி... ஏமாந்திட்ட...'

தேவையா..? மற்றவர்களை நல்லவற்றைச் சொல்லி மகிழ்விக்க சந்தர்ப்பங்கள் இருக்கையில், தவறுகளைத் தேடிச் சொல்லி... வேண்டாமே.

ஆக, முடிந்த அளவு மற்றவர்களைப் பாராட்டுங்கள். கொஞ்சம் உண்மையாக, யோசித்து, எதார்த்தமாகப் பாராட்டுங்கள். சந்தோஷமாகக் காரியத்தைச் சாதித்துக் கொள்ளுங்கள்.

21. நல்லதாக நாலு வார்த்தை...

சிலருக்கு வீட்டிலிருக்கவே பிடிப்பது இல்லை. அடிக்கடி வெளியில் போய்விடுவார்கள். சிலருக்கு அலுவலகம் எப்போது முடியும், வெளியில் ஓடலாம் என்றிருக்கும். வேறு சிலருக்குச் சில குறிப்பிட்ட ஆசிரியர்களின் வகுப்பில் அமர்ந்திருக்கவே பிடிக்காது. இவர்களுக்கெல்லாம் தாங்கள் இருக்க வேண்டிய இடத்தில் இருக்க ஏன் பிடிக்கவில்லை? இது யோசிக்க வேண்டிய ஒன்று.

இந்த மாதிரி மனது ஒட்டாமல் போவதற்கு இந்த இடங்களில் இவர்களுக்கு மதிப்பு இல்லை என்பது காரணமாக இருக்கலாம். இவர்களுடைய நல்ல விஷயங்கள் கவனிக்கப்படுவதில்லை ; பாராட்டப் படுவதில்லை. அது மட்டுமல்ல; அதற்கும் மேல் இந்த இடங்களில் இவர்களின் குறைகள் சிறிதோ, பெரிதோ கவனிக்கப்பட்டு, மீண்டும் மீண்டும் அதுவே பேசப்படுகிறது என்பதும் காரணமாக இருக்கலாம்.

'ஊரைப் போல உங்களுக்குச் சம்பாதிக்கத் தெரியுமா? பக்கத்து வீட்டுக்காரரைப் பாருங்கள். என்னென்ன வாங்கித் தள்ளுறாரு! நீங்கள் என்னத்தைப் படிச்சு என்ன பிரயோஜனம்? ஒண்ணுத்துக்கும் லாயக்கில்ல!'

மதிக்காத மனைவி, இப்படி கணவனைப் பலவிதங் களிலும் குத்திக் காட்டிக் கொண்டேயிருக்க, கணவனின் சுயகௌரவம், தன்மானம் அடிபடுகிறது.

எத்தனை முறைதான் அவனால் விளக்கிச் சொல்லிக்கொண்டிருக்க முடியும்? அலுத்துப் போய், வெறுத்துப்போய் வீட்டையே தவிர்க்கத் தொடங்கிவிடுவான்.

'எப்பத்தான் சரியான புள்ளி விவரங்கள் கொடுக்கப் போறீங்களோ, எப்படிய்யா இவ்வளவு மிஸ்டேக்ஸ் உம்ம ரிப்போர்ட்ல மட்டும் வருது! என் தலையெழுத்து உங்களை மாதிரி ஆட்களைக் கட்டிக்கிட்டு மேய்க்கணுமின்னு...'

'தான் எதற்கும் லாயக்கில்லை' என்று மீண்டும் மீண்டும் வெவ்வேறு விஷயங்களில் சொல்லப்படுகிற இடம் ஒருவருடைய அலுவலகமாக இருந்தால், அவரால் அங்கு எப்படி மனது ஒட்டி வேலை செய்ய முடியும்?

'என்னடா ஐடியா குடுக்கறான். இவன் எப்பவுமே இப்படித் தான்டா. சொதப்பிடுவான்' உடன் மற்றவர்களின் கேலிச் சிரிப்பு.

அந்த இடம், அந்தச் சூழ்நிலை ஒருவனுக்கு எரிச்சல் ஊட்டாமல் என்ன செய்யும்? இதுபோன்ற வார்த்தைகள், விமர்சனங்கள் கேட்டுக் கொள்பவரின் மனத்தைக் காயப்படுத்தி உற்சாகத்தை உறிஞ்சிவிடும். அவருடைய எனர்ஜியை வடியச் செய்துவிடும்.

நாம் சரியில்லை, நமக்கு விவரம் போதாது, நமது முயற்சி போதாது, நமக்கு அழகு போதாது, அறிவு போதாது, நம் உழைப்பு

போதாது என்று அடுத்த நபர்கள் சொல்லும்போது நம் மனது வலுவிழந்துவிடுகிறது. அத்தகைய பேச்சுகள் நமக்கு இணக்கமாக இல்லை. அதைச் சொல்லுபவர் எவராக இருந்தாலும் - மேலதிகாரியோ, பெற்றோர்களோ, சகோதரரோ, நண்பரோ, மனைவி, குழந்தைகள், ஆசிரியர், மாணவர் அது எவராக இருந்தாலும், Conscious ஆகவோ, Unconscious ஆகவோ நமக்கு அவரைப் பிடிக்காது போய்விடுகிறது.

அவர்கள் சொல்லுவது நம்மை மேம்படுத்துவதற்காகவே என்றாலும் கூட அல்லது மேம்படுத்துவதற்காகத்தான் என்று சொல்லப் பட்டாலும்கூட, நம் மனது அத்தகைய குற்றங்கூறுதலை ஏற்றுக் கொள்ளாது.

நம்மிடம் எதுவுமே நல்ல விஷயங்கள் இல்லையா, என்ன? நம்மை ஏன் முழுவதும் தள்ளுகிறார்கள் என்று எரிச்சல்தான் வரும். நல்லதையும் சொல்லி, நன்றாக இல்லாததையும் நாசூக்காகக் கோடிகாட்டினால் போதுமே... புரிந்து கொள்ளலாமே. ஏன் இந்த நோகடித்தல்! வெறும் விமரிசனம் வெறுப்படையச் செய்துவிடும். இந்த விஷயத்தில் ஒரு பிரபலமான உதாரணம் உண்டு.

நம்மைச் சுற்றியுள்ளவர்களிடமும் குறைகளும் உள்ளன; நிறைகளும் உள்ளன. இரண்டும் இல்லாதவர்களே இல்லை அல்லவா?

முழுவதும் குறையுடையவர் அல்லது குறையே இல்லாதவர் எவருமே இல்லை. அவரவர்க்குத் தங்கள் நிறைகள் தெரியும். அதைப் பற்றித் தன்னிறைவான எண்ணம், பெருமிதம் இருக்கும். அவற்றை நாமும் பார்த்து உண்மையாகப் பாராட்டினால், அவருடைய மனது நம்முடன் பழகும்போது, பேசும்போது இயல்பாக இருக்கும். பெருமை கொள்ளும். நம்மிடம் எதிர்ப்பின்றி, தன்னைப் பாதுகாப்பாக உணரும்.

இந்த விஷயத்தை இயல்பாகச் செய்வோர் உண்டு. அவர்கள் இயற்கையிலேயே அடுத்தவரை மதிப்பவர்கள், அடுத்தவர் நலத்தில் அக்கறையுள்ளவர்கள், அடுத்தவர் விவரம் தெரிந்தவர், முயற்சி எடுப்பவர் என்ற நம்பிக்கைகள் கொண்டவர்கள். இந்த மதிப்பு, அக்கறை, நம்பிக்கை இருக்கும்போது, வெளிவரும் வார்த்தைகள், செயல்பாடுகள் கனிவாகவும், அன்பாகவும், அனுசரணையாகவும் அமையும்.

எவருக்கும் தன்னை மதிப்பவரை, தன் நல்ல விஷயங்களைக் கவனிப்பவரை, பாராட்டுபவரைத்தான் பிடிக்கும். தன் நலம்

குறித்துப் பேசுபவரை, செயல்படுபவரைப் பிடிக்கும். தன்னுடைய தன்மானம் குறையாத வண்ணம் நடத்தப்படும் இடங்களில் நடமாடப் பிடிக்கும். தன்னுடைய நோக்கங்களை, பேச்சை, நடவடிக்கைகளைச் சந்தேகப்படாதவர்களை மனம் விரும்பும். அது இயற்கை.

அடுத்தவர் எவராக இருப்பினும், அவர்களிடத்தில் எல்லாம் இவற்றைக் கடைப்பிடிப்போர் வெற்றி பெறுகிறார்கள்.

22. சிறந்த கேட்பாளரா நாம்?

ஒரு தொழிற்சாலையில் அமைந்து இருக்கும் 'முதலுதவி' சென்டரில் மருத்துவரின் எதிரில் அமர்ந்து அவரோடு அலுவலக விஷயங்களைப் பேசிக் கொண்டிருந்தேன். அந்த மருத்துவர், என்னோடு உரையாடியபடியே, ஊழியர் ஒருவரின் உடல் நிலையைச் சோதித்துக்கொண்டிருந்தார்.

அப்போது, நாங்கள் அமர்ந்திருந்த அறைக்குள் ஓர் ஊழியர் நுழைந்தார். தான் வேறு ஒருவரைப் பார்த்துக் கொண்டு இருக்கையில் இவர் தன்னிச்சையாக நுழைகிறாரே என்று மருத்துவருக்குக் கோபம்.

'இங்க ஒரு பேஷண்ட்டைப் பார்த்துக் கொண்டிருக்கேனே தெரியல...'

'இல்ல... டாக்டர். வந்து... அங்க...'

'என்னங்க வந்து, போயி... வெளியிலபோய் நில்லுங்க...'

வந்தவர் அறைக்கு வெளியே எட்டிப் பார்த்தபடி, கையையும் வெளிப்புறம் காட்டி நீட்டியபடி, 'அங்க ஒருத்தர்...' என்று மீண்டும் எதையோ சொல்ல எத்தனிக்க, மருத்துவரின் கோபம் அதிகமானது. வந்தவர் தயங்கியபடி வெளியேறினார்.

ஏற்கெனவே பார்த்துக்கொண்டிருந்த ஊழியரை, மருத்துவர் படுக்க வைத்து, வயிற்றை அமுக்கிப்

பார்த்து, அவருடைய மற்ற பிரச்சினைகளையும் கேட்டு, அவருக்கு மருந்து எழுதிக் கொடுத்துவிட்டு திரும்ப எத்தனிப்பதற்குள், ஒரு கூட்டம் - பத்து பதினைந்து ஊழியர்கள் கும்பலாய்க் கத்தியபடி உள்ளே நுழைந்தனர்.

'அங்க ஒருத்தர் மயக்கமாயிட்டார்; எவ்வளவு நேரமா கூப்பிடுகிறது?... வாங்க டாக்டர்...'

குரல்களில் பதற்றம்.

மருத்துவரும், 'நர்ஸ்' என்று கத்தியபடி, வெளியே ஓடிச்சென்று பார்க்க, அந்த முதலுதவிக் கட்டடத்தின் வாயிலில் ஒரு 45 வயது மதிக்கத்தக்க ஊழியர் ஒருவர் புல்தரையில் சரிந்து கிடந்தார். சுற்றிலும் கூட்டம். அவர்களை விலக்கிவிட்டு, நாடி பிடித்துப் பார்த்து, துடிப்பு குறைந்துகொண்டிருப்பது தெரிந்து, உடன் ஓர் ஊசி போட்டு, மருத்துவமனைக்கு அனுப்பிவைத்தார். மருத்துவமனையை அடைந்தபோது ஆம்புலன்ஸ் வண்டியிலேயே அந்த ஊழியர் மரணமடைந்துவிட்டார்.

இங்கு என்ன பிரச்னை? 'அவசரம்' என்று புரிந்ததும் மருத்துவர் ஓடிச் செல்கிறார். ஆனால் 'அவசரம்' என்ற முதலிலேயே ஏன் அவருக்குப் புரியவில்லை. இது அவர் குற்றமா அல்லது அவருக்குத் தகவல் சொல்லப்பட்ட விதம் சரியில்லையா? அல்லது அவர் இருந்த சூழ்நிலை, மனநிலை தான், அவர் சரியாகப் புரிந்துகொள்ளாததற்குக் காரணமா?

இதுமாதிரி விஷயங்கள் ஒன்றுசேர்ந்து தகவல் பரிமாற்றம் 'கம்யூனிகேஷன்' என்று ஒரு தனிப் பாடமாகவே ஆகிவிட்டது. கருத்து மற்றும் தகவல் பரிமாற்றம் என்றும் 'கம்யூனிகேஷ'னைச் சொல்லலாம். ஒருவர் தெரிவிக்க, அவர் நினைப்பது போலவே மற்றவர் புரிந்துகொண்டால் அங்கு கருத்துப் பரிமாற்றம் முழுமை யாக நிறைவேறியது என்றாகிறது. ஆனால் நடைமுறையில் இதைக் கச்சிதமாகச் செய்வதற்கு பெருமுயற்சி தேவைப்படுகிறது.

1. தெரிவிப்பவரின் கருத்துத் தெளிவு; அவர் தேர்வு செய்யும் வார்த்தைகள்; அதைச் சொல்லும் விதம்; அதுசமயம் அவர் உடல் அசைவுகள், முகபாவம், அவருடைய குரல், அதன் தொனி, சத்தத்தின் அளவு.

2. கேட்பவரின் புரிந்துகொள்ளும் தன்மை; சொல்லப்படும் விஷயம் சார்ந்த அவருடைய அனுபவம்; அவரிருக்கும் சூழ்நிலை;

3. அந்த உரையாடல் நடைபெறும் இடம்; அங்கு நடைபெறும் மற்ற நிகழ்வுகள் (Context).

இந்த மூன்றும் சேர்ந்ததுதான் தகவல் பரிமாற்றம் என்பதன் வெற்றியைத் தீர்மானிக்கின்றன. நாம் பார்த்த தொழிற்சாலைச் சம்பவத்தில், செய்தி சொல்லியவர் சரியான விதத்தில் தகவல் தரவில்லை. சொல்வதில் தேவையான பதற்றமும் காட்டவில்லை. கேட்டுக்கொண்ட மருத்துவரின் மனநிலையும், விஷயத்தின் தீவிரத்தைப் புரிந்துகொள்ளும்விதமாக அமையவில்லை.

பெரும்பாலான பிரச்சினைகள் 'லிசனிங்' (Listening) சரியாக இல்லாததால்தான் பிரச்னை என்கிறார்கள் நிபுணர்கள். தகவலைக் காதால் (மட்டும்) கேட்பது 'ஹியரிங்' (Hearing). அது போதாது என்கிறார்கள். 'லிசனிங்'குக்குக் காது என்ற ஒரு புலன் மட்டும் போதாது. ஒன்றுக்கும் மேற்பட்ட புலன்கள் ஒருங்கிணைந்தால் தான் முடியும்.

நம்மிடம் ஒருவர் உதவி கேட்டு வருகிறார். அவரைப் 'பார்க்கிறோம்'; அவர் வார்த்தைகளைக் 'கவனிக்கிறோம்'. அவர் குரல் தழுதழுக்கிறதோ!... கண்கள் ஈரமாகிக் கசிகிறதோ... குரல் உடைகிறதோ! அவர் தனியாக வர வில்லையே! மனைவி குழந்தைகளுடன் வந்திருக்கிறாரே? வராத மனிதர் வீடு தேடி வந்திருக்கிறாரே! இவற்றையெல்லாம் கவனிக்க வேண்டும். அவர் தன் வாயால் சொல்லாத பல செய்திகளை இவை சொல்லுமே.

'இன்றைக்கு என்னை என் ஆசிரியை பாராட்டினார்' என்கிறாள் அன்பு மகள். அவள் கண்களில் மகிழ்ச்சி... வார்த்தைகளில் துள்ளல்... மனது நிறைந்த சந்தோஷம் கன்னங்களில் வழிகிறதா... கவனிக்கலாமே! வெறும் வார்த்தைகளில் மட்டும்தானா பொருள் இருக்கிறது? வார்த்தைகள் இல்லாத குறிப்புணர்த்தும் சைகைகளில் (Non Verbal Communication Gestures) ஏராளமான செய்திகள் உள்ளனவே.

கண்கள் மட்டுமா தகவல் தருகின்றன?

'அடுத்து காட்டும் பளிங்குபோல் நெஞ்சம் கடுத்தது காட்டும் முகம்.' என்று வள்ளுவர் சொல்லிவிட்டாரே!

ஆயிரம் வார்த்தைகளில் சொல்ல முடியாத அன்பை, வாஞ்சையை ஒரு புன்னகையில், கண்சிமிட்டலில், தட்டிக் கொடுத்தலில், அணைத்தலில்... காட்டிவிடலாம்; புரிந்துகொண்டுவிடலாம் அல்லவா!

அதேபோல், ஒரு பார்வையில், முகச்சுளிப்பில், ஒரு நிமிடத் தயக்கத்தில், அழுத்தமான மௌனத்தில், ஒரு திரும்பிக் கொள்ளுதலில் சம்மதமின்மையை, எதிர்ப்பைத் தெரிவிக்கின்றார்களே... கவனிக்க வேண்டும்.

இதையெல்லாம் செய்து ஒரு செய்தியைப் பெற்றால் அது 'லிசனிங்' எனப்படும் கவனித்துக் கேட்டல். இதற்கும் ஒரு படி மேலே போய் Active Listening தேவை என்கிறார்கள்.

ஒவ்வோர் உரையாடலிலும், வார்த்தைகள் தவிர, இப்படிப்பட்ட விஷயங்கள் தானாக வந்து விழுந்துகொண்டுதான் இருக்கின்றன. இவற்றை நம் 'ஆன்டெனா' ஈர்க்கிறதா! பல நேரங்களில் விவாதம் நீண்டுகொண்டே போவதற்கும் கருத்து வேறுபாடுகள் அதிகமாவதற்கும் காரணம், வாதப் பிரதிவாதங்களில் (பேச்சு வார்த்தைகளில்) ஈடுபடும் இருவருமே பேசுகிறார்கள், ஆனால் அவர்களில் ஒருவரும் மற்றவர் பேசுவதைக் கவனிக்கவில்லை என்பதே!

There are two speakers, but no listeners. அவர் சொல்லி முடித்ததும் இவர். இவர் சொல்லி முடித்ததும் அவர். அவர், இவர்... வார்த்தை களாலேயே விளையாடும் 'டென்னிஸ்' போல, அடுத்தவர் சொல்லி முடித்ததும், அதைவிட வேகமாய், காரமாய், சாமர்த்தியமாய்ப் பதில் கொடுப்பதிலேயே கவனம்.

அடுத்தவர் பேச்சைக் கண்ணும், மனதும், காதும் திறந்து கேட்கலாம். அவர் பேசும்போது மனத்திலே அதற்குப் பதில் தயாரித்துக்கொண்டிருத்தல் உதவுமா? என்ன சொல்லுகிறார்? எப்படிச் சொல்லுகிறார் என்று கவனித்துக் கேட்டல்தான் உதவும்.

அதற்கான சில வழிமுறைகள் இதோ. உரையாடல்களின் போது,

1. நாம் பேசுவதைச் சற்று நிறுத்த வேண்டும். 2. சொல்லுபவர் கண்களைப் பார்க்க வேண்டும். 3. சொல்லுபவர் உணர்ச்சிகளை ஊன்றிக் கவனிக்க வேண்டும். (மகிழ்ச்சி, ஆர்வம், பயம், எரிச்சல் ஏதாவது தெரிகிறதா?) 4. சொல்லுபவர் கோணத்திலிருந்து விஷயத்தைப் பார்க்கவேண்டும். 5. சிறு கேள்விகள், விவரங்கள் கேட்டு, நாம் கவனிக்கிறோம் என்பதை அடுத்தவருக்கு உறுதி செய்ய வேண்டும். 6. முக்கிய விஷயங்களைத் திருப்பிச் சொல்லி, செய்தி, விஷயம் இதுதான் என்று உறதி செய்துகொள்ள வேண்டும்.

இன்றைய பரபரப்பு வாழ்க்கையில், இதைப் பயிற்சி செய்து பழகிவிட்டால்... சிறந்த பேச்சாளராக அல்ல... சிறந்த கேட்பாளராக ஆகி... விரும்பப்படுபவராய், வெற்றியாளராய்த் திகழலாம்!

23. செய்வது பயனுறச் செய்தல்

1970களில் ஓர் ஆண்டு. டாடா ஸ்டீல் நிறுவனம் உரப்பைகள் தைக்கும் குறிப்பிட்ட வகை மிஷின் ஊசி அனுப்பச் சொல்லி ஜெர்மன் நிறுவனத்துக்குக் கடிதம் எழுதுகிறார்கள். அங்கிருந்து பதில் வருகிறது. 'நாங்கள் அந்த வகை ஊசி தயாரிப்பதை மூன்று மாதங்களுக்கு முன்பே நிறுத்திவிட்டோம்'.

அட! அந்த வகை ஊசி தயாரிப்பதில்லை என்றாலும் அந்த ஜெர்மானிய நிறுவனம் வாடிக்கையாளரின் ஆர்டருக்கு பதில் அனுப்பியிருக்கிறார்களே. பாராட்டலாம் என்று தோன்றுகிறதா? பொறுங்கள் இன்னும் கொஞ்சம் தகவல் இருக்கிறது. கடிதம் அதோடு முடியவில்லை. 'எங்களிடம் இருந்த வற்றுள் சில ஊசிகளை சேகரித்து உங்களுடைய உடனடித் தேவைக்காக, உடன் அனுப்பியிருக் கிறோம்.'

காசு வாங்காமல் அனுப்பிய சில உபரி ஊசிகள் அல்ல செய்தி. 'வேறுவிதமான ஊசிகொண்டு டாடா நிறுவனம் அவர்களின் வேலையை முடித்துக்கொள்ளலாம் தான். ஆனால் அதைத் தேட, அப்படிப்பட்ட வேறு ஒரு சப்ளையரை கண்டுபிடிக்க நாளாகுமே. இடைப் பட்ட நேரத்தில் நம்மை நம்பிய ஒரு வாடிக்கையாளர் சிரமத்துக்குள்ளாவாரே என்று யோசித்து, அதற்காக முயற்சி எடுத்திருக்கிறார்களே அந்த ஜெர்மானிய

நிறுவனத்தார், அதுதான் செய்தி. செய்வதைப் பயன் கிடைக்குமாறு செய்யவேண்டும்.

ஏ.கே செட்டியாரைத் தெரியாமல் இருக்க முடியாது. அவர் 'குமரி மலர்' என்று ஒரு பத்திரிகை நடத்திக் கொண்டிருந்த நேரம் அது. தமிழில் வெளிவந்த மிகச் சிறப்பான பத்திரிகைகளில் அது ஒன்று. இன்னும் பலரும் அதன் பிரதிகளை பொக்கிஷமாகப் பாதுகாத்து வருகிறார்கள்.

தற்போது அமுதசுரபியின் ஆசிரியராக இருக்கும் திருப்பூர் கிருஷ்ணன் அப்போது மாணவர். குமரி மலர் பத்திரிகை கடைகளில் விற்பனைக்கு கிடைக்காது என்பதால், ஆசிரியரும் வெளியிடுபவருமான ஏ.கே செட்டியாருக்கு, தனக்கு பத்திரிகை அனுப்புமாறு கேட்டு சந்தா பணம் அனுப்புகிறார்.

ஏ.கே செட்டியாரிடம் இருந்து பணம் திரும்பி வருகிறது. கூடவே ஒரு பதிலும். 'குமரி மலர் 500 பிரதிகள்தான் அச்சடிக்கிறேன். சரியாக இருக்கிறது. அதனால் அனுப்ப இயலாது. உங்கள் ஊரில் (திருப்பூரில்), இன்னார் சந்தா கட்டி பத்திரிகை வாங்குகிறார். அவரிடம் வாங்கிப் படியுங்கள்'.

ஜெர்மன் நிறுவனம் செய்தது போலதான் இதுவும். அனுப்ப இயலாது என்பது வரை சரி. உங்களூரிலேயே இன்னாரிடம் வாங்கிப் படியுங்கள் என்று தெரிவிப்பதுதான் கூடுதல் முயற்சி எடுப்பது. அடுத்தவருக்குச் செய்வதையும் அக்கறையாய் செய்வது, பயனுறச் செய்வது.

அதுசமயம் அவர் புது தில்லியில் பணியாற்றிக் கொண்டிருக்கிறார். கோடைகாலம். விடுமுறை கோர்ட்டில் வரும் வழக்குகளைப் பார்க்கவேண்டிய பணி. அன்றைய தினம் அதிகமான வழக்குகள். ஒவ்வொன்றாய் எடுக்கப்படுகிறது. விசாரணை நடக்கிறது. சில தள்ளிவைக்கப்படுகின்றன; சிலவற்றில் தீர்ப்புகள் சொல்லப்படு கின்றன.

அவ்வளவு பரபரப்பான சூழ்நிலையிலும் நீதிபதியின் கண்கள் மொத்த கோர்ட் வளாகத்தையும் அங்கு நடப்பனவற்றையும் ஒரு பார்வை பார்த்துக்கொண்டிருக்கின்றன.

முகத்தில் அதிக பதற்றத்துடன் ஒரு வழக்கறிஞர் தவித்துக் கொண்டிருப்பதை கவனிக்கிறார் நீதிபதி. உதவியாளரை விட்டு அந்த குறிப்பிட்ட வழக்கறிஞரை அழைக்கிறார், விபரம் கேட்கிறார்.

அந்த வழக்கறிஞரின் கட்சிக்காரர், ஒரு மருத்துவக் கல்லூரி மாணவர். அவருக்கு இறுதித் தேர்வு மறுநாள் தொடங்க இருக்கிறது. ஆனால் அவரை தேர்வெழுத கல்லூரி நிர்வாகம் அனுமதிக்க வில்லை. காரணம், அந்த மாணவருக்கு வருகைப்பதிவு குறைவு.

அந்த வழக்கு வரிசைப்படி வந்தால் தாமதமாகலாம். ஏன், அன்றைக்கு எடுத்துக்கொள்ளப்படாமலேகூட போகலாம். அதனால் ஒரு மாணவனின் படிப்பு கெடலாம் என்று நினைக்கிறார் நீதிபதி.

வழக்கை வரிசை மாற்றி எடுக்கிறார் நீதிபதி. விசாரணை முடிகிறது. விபரங்கள் கேட்டுக்கொண்டபின், தீர்ப்பளிக்கிறார்.

மாணவன் அட்டெண்ட் செய்த ஸ்பெஷல் வகுப்புகளையும் கணக்கில் எடுத்துக்கொண்டால், தேவைப்படும் குறைந்தபட்ச வருகைப்பதிவு நாட்கள் வருகிறது. அதனால் அந்த மாணவன் தேர்வு எழுத அனுமதிக்கப்படவேண்டும். அதே சமயம், முழு விசாரணையின்போது தீர்ப்பு மாறலாம். அதனால், அவன் தேர்வுத்தாள்கள் திருத்தப்படவேண்டும். ஆனால் முடிவுகளை தீர்ப்பு வரும்வரை வெளியிடவேண்டாம். சொல்லிவிட்டார்.

இதுவரை செய்ததே சிறப்பான பணி. அவ்வளவு பணியிலும், அதிலும் ஒரு நீதிபதி எவர் பதற்றமாக இருக்கிறார் என்றெல்லாம் கவனிக்க வேண்டிய அவசியமோ, அப்படிப்பட்டவரை அழைத்து

விசாரிக்க வேண்டிய தேவையோ இல்லை. பலரும் செய்வதில்லை. ஆனால் இவர் செய்திருக்கிறார். அதற்கும் மேல் ஒருபடி போய், நிலைமையின் அவசரத்தைப் புரிந்துகொண்டு, வரிசை மாற்றி முன்னதாக அழைத்திருக்கிறார், விசாரணைக்கு எடுத்துக் கொண்டிருக்கிறார்.

தவிர, ஆழ்ந்து யோசித்து, ஸ்பெஷல் கிளாஸ்களும்கூட வகுப்புகள் போலத்தானே என்று (மாணவன் பக்கம்) யோசித்து, அதையும் கணக்கில் எடுத்துக்கொண்டு பார்த்திருக்கிறார். மாணவன் எதிர்காலம் பாதிக்கப்படக்கூடாது என்பதற்காக, தேர்வு எழுத அனுமதிக்குமாறு உத்தரவு போடுகிறார். ஆனாலும் இறுதி முடிவு எடுக்காமல், முழு விசாரணைக்காக காத்திருக்கலாம் என்கிறார்.

இதுவரை கூட சரி. இதற்கு மேலும் அந்த நீதிபதி யோசிக்கிறார். மாணவன் படிப்பது தஞ்சாவூரில் அல்லவா? வழக்கறிஞரைக் கேட்கிறார்.

'இந்த உத்தரவு எப்படி கல்லூரி நிர்வாகத்தைச் சென்றடையும்? நேரம் இருக்கிறதா? தீர்ப்பால் பயன் கிடைக்குமா?'

பின்பு மேலும் சில வரிகளை தீர்ப்பில் சேர்க்கிறார். 'உத்திரவு கிடைப்பதற்கு முன் தேர்வு துவங்கிவிட்டாலும் இந்த மாணவன் தேர்வு எழுத அனுமதிக்கப்படவேண்டும். அவன் தேர்வு எழுத துவங்கிய நேரத்தில் இருந்து அவனுக்கான நேரம் (3 மணி நேரம்) கணக்கிடப்படவேண்டும்.'

இப்படிச் செய்தவர் ஏதோ அம்பது நூறல்ல, மொத்தம் லட்சத்துக்கும் அதிகமான தீர்ப்புகள் கொடுத்தவர். அவர், நமது தமிழகத்தைச் சேர்ந்த நீதியரசர், ஜஸ்டிஸ் ஏ.ஆர். லட்சுமணன். பின்னர் உச்சநீதிமன்ற நீதிபதியானவர்.

பெயருக்குக் கடமைக்குச் செய்வதில்லை. சிலர் செய்தால் பயனுறச் செய்கிறார்கள். கேட்காமலேயே செய்கிறார்கள். மற்றவர்களுக்காக அவர்கள் யோசிக்கிறார்கள். கூடுதல் முயற்சி எடுத்துச் செய்கிறார்கள். செய்வன திருந்தச் செய்வது என்பது தவிர, செய்வதை முழுப்பயன் கிடைக்குமாறும் செய்கிறார்கள். பின்பற்றத்தக்க பண்பு அல்லவா.

24. செயல்களில் எடிட்டிங் நேரம்

வழக்கமாகச் செல்லும் நெருங்கிய நண்பர் ஒருவர் வீட்டுக்குப் போயிருந்தேன். நானும் நண்பரும் பேசிக்கொண்டிருந்த நேரம் நண்பரின் உறவினர் வந்தார். அவர் வெளிநாட்டில் இருப்பவராம். வந்ததும் நண்பரிடம் அவர் கொண்டு வந்திருந்த ஒரு பையைக் கொடுத்தார். சிறிது நேரம் பேசிக் கொண்டிருந்தார். பிறகு கிளம்பிப் போய்விட்டார்.

அதற்கு சற்று நேரத்தில் வெளியில் போயிருந்த நண்பரின் மனைவி வந்தார். வந்தவர் சோபா மீதிருந்த நண்பர் கொடுத்துவிட்டுப் போன பையை எடுத்தார். என்ன இது கனமாக இருக்கிறது என்று கேட்டபடியே பிரித்தார்.

அந்தப் பைக்குள் இருந்து ஒரு பளபளக்கும் கத்தி, ஒரு பிஸ்கெட் பேக்கெட் ஆகியவற்றை வெளியே எடுத்தார். அடுத்து சில கம்ப்யூட்டர் சிடி க்கள் மற்றும் சில கம்பியூட்டர் ஒயர்களை எடுத்தார். பார்ப்பதற்கு அவை பழையவை போலிருந்தன. அப்போது வீட்டுக்குள் வந்த இன்ஜினியரிங் படித்த அவர் மகன் அவற்றைப் பார்த்தான். அவை எல்லாம் உபயோகப் படுத்தப்பட்டவை என்றும் சி.டி க்கள் பயன் இல்லாதவை என்றும் சொல்லிவிட்டுப் உள்ளே போய்விட்டான். அடுத்து ஒரு பெரிய டி சர்ட். பெரிய என்றால் மிகப்பெரிய. நண்பரின் வீட்டில் எவரும் அணிந்துகொள்ளக்கூடிய அளவில் இல்லாத டி சர்ட்.

‘சரி உள்ள கொண்டுபோய் வை’ என்று மனைவியிடம் நண்பர் சொன்னார்.

‘இதையெல்லாம் எதுக்கு தூக்கிக்கிட்டு வந்துகொடுக்கிறார். எல்லா உறவுக்காரங்களுக்கும் கொடுக்க முடியாதுதான். இவர் எதுவும் கொண்டுவரவில்லை என்று யாராவது சொன்னார்களா? வெறும் பிஸ்கெட் பாக்கெட் மட்டும்கூடக் கொடுத்திட்டுப் பார்த்துவிட்டுப் போயிருக்கலாம். கூடவே இந்த பழைசு பட்டை எல்லாம்...’ என்று பொருமிய மனைவியை, ‘சரி விடு. அவருக்குத் தெரியலை என்ன செய்ய...’ என்று நண்பர் சமாதானப்படுத்தி அனுப்பினார். அவர்கள் சொல்லுவதும் சரிதானே என்று சொன்னேன்.

பிஸ்கெட்டும் கத்தியும் மட்டும் கொடுத்தால் குறைவாகத் தெரியுமோ என்று சி.டிகளையும் பழைய ஒயர்களையும் கொடுத்திருப்பாரோ! பை கனமாக இருந்தால் கொடுக்கிற பொருட்கள் அதிக எண்ணிக்கையில் இருந்தால் நன்றாக இருக்கும் என்று எண்ணியிருப்பாரோ! நண்பர் சத்தமாக சிரித்தார்.

எவர் வீட்டுக்கும் கொண்டுபோகிற பொருட்களையே இப்படி எல்லாம் பயனுள்ளவை இல்லாதவை என்று மனித மனம் பிரித்துப் பார்க்கிறது; கொடுத்தவரைப் பற்றி அபிப்பிராயம் கொள்கிறது; இப்படித்தானே எல்லாவற்றிலும் எடை போடும், அபிப்பிராயம் கொள்ளும் என்று தோன்றியது.

வேறு எதில் இப்படி ஆராய முடியும்?

இதில் அதில் என்று இல்லை. எல்லாவற்றிலும் இப்படி ஆராய்வார்கள். மற்றவர்கள் மட்டும் இல்லை. நாமும் இப்படித்தான் ஆராய்வோம்! எப்படி என்று கேட்கத் தோன்றலாம்.

திரைப்பட இயக்குனர் படப்பிடிப்பில் ஏகத்துக்கும் அழகான காட்சிகளை எடுத்துக்கொண்டு வருவார். பேச்சுப் போட்டிகளில் வெற்றி பெறுவதற்காக சிலர் எக்கச்சக்கமாக தயாரித்துக்கொண்டு வந்து பேசுவார்கள். அதிக மதிப்பெண் பெறும் நோக்கத்தில் மாணவர்கள் தேர்வுகளில் பக்கம் பக்கமாக எழுதுவார்கள். என்னைப் போன்றவர்கள் புத்தகங்கள் கட்டுரைகள் எழுதி அனுப்புவோம். என்னப்பா எப்படி இருக்கிறாய் என்று ஒரு மரியாதைக்கு கேட்டால் சிலர் பத்து நிமிடம் பேசுவார்கள்.

இவை எல்லாமும் கூட நண்பரின் உறவினர் கொண்டுவந்த பை போன்றதுதான். இவற்றிலும் சில உபயோகமில்லாதவையும் தேவையில்லாதவையும் இருக்கும்.

திரைப்படத்தை சுவாரஸ்யமாக்க, சுவை கூட்ட எடிட்டர் தேவையில்லாத பல காட்சிகளை வெட்டித் தள்ளுவார். பத்திரிகை ஆசிரியர்களும் அப்படித்தான். எடிட் செய்வார்கள். ‘வள வள’ என்று மேடையில் பேசுபவர்கள், தேர்வுகளில் எழுதுபவர்கள் மதிப்பெண் பெறமாட்டார்கள். மாறாக அடி வாங்குவார்கள்! மேடைகளில் என்றால் எச்சரிக்கை மணி (அடி). தேர்வில் என்றால் சிவப்பு இங்க்கால் அடி. தேவைக்கும் அதிகமாகப் பேசுகிறவர் களை விட்டு மக்கள் நகர்ந்துவிடுவார்கள், அடுத்த முறை தூரத்தில் பார்க்கும்போதே ஒதுங்கிவிடுவார்கள்.

நிறைய கொடுக்கவேண்டும் என்பதில்லை. நிறைவாகக் கொடுக்க வேண்டும். குறைவான அளவு என்பதல்ல பிரச்னை. சில நேரங்களில் பயனற்ற கூடுதலே பிரச்னை. நாமே அளவு செய்து விடவேண்டும்.

எல்லாவற்றிலும் சுய எடிட்டிங் சாத்தியம். பயனுள்ளவற்றை மட்டும் தெரிந்து தேர்ந்து கொடுக்கவேண்டும். அது அளவில் குறைவாக இருந்தாலும் பரவாயில்லை.

25. ‘நேரம் போதவில்லை’ – உண்மையா?

பள்ளி செல்லும் மாணவ மாணவியரோ, அலுவலகம் செல்லும் பணியாளர்களோ, குடும்பத் தலைவிகளோ, வியாபாரிகளோ... அனைவருக்கும் பொதுவான குறைபாடு - ‘நேரம் போதவில்லை’ - என்பதுதான். இன்றைய போட்டிச் சூழலில், வாய்ப்புகள் மிகுந்துள்ள பரந்த உலகில், நேரம் போதவில்லை என்றால் சிரமம்தான். நேரம் மிக முக்கிய வளங்களில் ஒன்று. இந்த ‘நேரம்’ இல்லை யென்றால் மற்ற வளங்களின் பயன்பாடு குறைந்துவிடும்.

‘நேரம் போதவில்லை’ என்ற குற்றச்சாட்டில் உண்மை இருக்கிறதா? இந்த வருத்தம் சரி தானா?

‘இல்லை’ என்பதுதான் கசப்பான உண்மை. வாய்ப்பைப் பயன்படுத்தியவர், தவறவிட்டவர்; வெற்றிக் கனியைப் பறித்தவர், பறிகொடுத்தவர்; மாணவர், ஆசிரியர்; அரசாங்கப் பணியாளர், ஆராய்ச்சியாளர்... என எவர்க்கும் சரிசமமாய் வழங்கப்பட்டிருக்கும் ஒரே வளம் - நேரம்.

வாழ்க்கையில் வெற்றி பெற, தனக்கிருக்கும் நேரத்தைச் சரியாக, மிகச் சிறந்த முறையில் பயன் படுத்துவது அவசியம்.

அணுகுவதற்கு மிக எளிமையான பெரிய எழுத்தாளர் ஒருவருக்கு சில ஆண்டுகளுக்கு முன் நான் ஒருமுறை போன் பேசியது நினைவுக்கு வந்தது. மாலை நேரம்,

போன் பண்ணி, வணக்கம் சொல்லி, அவர் 'என்ன விஷயம்?' என்று கேட்டதற்கு, வாய் தவறி 'சும்மா' என்று சொல்லி விட்டேன். தனக்கு இருக்கும் 'நேரப் பிரச்னை' பற்றி மிக நாசுக்காகச் சொல்லிவிட்டு போனை வைத்துவிட்டார்.

என் தவறு எனக்குப் புரிந்தது. அவரவர்கள் தங்கள் நேரத்தைச் செலவிட ஒரு திட்டம் வைத்திருப்பார்கள். அதில் நாம் குறுக்கே புகுந்து, அவர்கள் நேரத்தைப் பாழடிக்கக்கூடாது. அது அவர்களுடைய வளத்தைத் திருடுவதற்குச் சமம்.

நேர மேலாண்மையில் முக்கியமான ஒரு விஷயம், 'தள்ளிப் போடாமலிருப்பது'. சில முக்கியமான வேலைகள் செய்யப் படாமலேயே இருப்பதற்கு, ஏன் துவங்கப்படாமலேயே இருப்பதற்குக் காரணம் - 'அதென்ன, பின்பு செய்து கொள்ளலாம்' என்று தள்ளிப் போடும் மனோபாவம்தான்.

இந்தத் தள்ளிப் போடும் மனோபாவம் பெரும்பாலும் பெரிய, கடினமான காரியங்களில்தான் வருகிறது. சின்னச் சின்ன வேலை களை முடித்துவிடுவோம். பெரிய வேலைகள் நிலுவையிலேயே இருக்கும்.

இதை வெற்றி காண முடியுமா? முடியும். என் அனுபவத்திலிருந்து ஒரு சம்பவம் சொல்லுகிறேன். என்னுடைய மேலதிகாரி ஒருவர், ஒரு நாள், மாதாந்திர மேலாளர் கூட்டத்தில் ஒரு வேண்டுகோள் விடுத்தார்.

'Control your destiny or, someone else will என்ற 'ஜெனரல் எலக்ட்ரிக்' நிறுவனத்தைப் பற்றிய புத்தகம் நன்றாக உள்ளது. இதை உங்களில் யாராவது ஒருவர் படித்துவிட்டு, வரும் மாதம் 12ஆம் தேதி மற்றவர்களுடன் பகிர்ந்துகொள்ளவேண்டும்' என்றார்.

நானும் இன்னொரு நண்பரும் ஒப்புக்கொண்டோம். ஒப்புக் கொண்டுவிட்டேனே ஒழிய... புத்தகத்தைப் பார்த்தால் மலைப்பாக இருந்தது. பக்கங்கள் பல நூறு. விஷயமும் எளிமையானது அல்ல; தினமும் எடுப்பேன்... ஒன்றோ , இரண்டோ பக்கங்கள் மட்டும் படிப்பேன்... இவ்வளவு பெரிய புத்தகத்தை எப்படி முடிக்கப் போகிறோம் என்று அயர்ச்சி வரும். மூடி வைத்து விடுவேன். புத்தகத்தைப் படித்து முடிக்க முடியாது என்று முடிவே செய்துவிட்டேன்.

ஒரு வாரம் போய்விட்டது. முன்னேற்றம் ஏதுமில்லை. நண்பர் பக்கமும் அப்படியே. அப்போதுதான் வேறு நண்பரிடத்தில்

பேசிக்கொண்டிருக்கும்போது Elephant Technique - யானையைச் சாப்பிடும் முறை என்று ஒன்று இருப்பதைத் தெரிந்துகொண்டேன்.

சொன்ன தேதிக்குள் புத்தகத்தைப் படித்து, குறிப்புகள் எடுத்து, அதனைச் சிறிய கையேடாகவே வெளியிட்டேன்.

எப்படி முடித்தேன் தெரியுமா? 'யானையைச் சாப்பிடும் முறையைக் கற்றுக்கொண்ட நான், அதை இந்த விஷயத்தில் கடைப்பிடித்தேன்.

மொத்தப் பக்கங்களின் எண்ணிக்கையை - மீதம் இருந்த நாட்களால் வகுத்தேன். நாள் ஒன்றுக்கு இருபத்து ஆறு பக்கங்கள் வந்தது.

அன்றிலிருந்து தொடர்ச்சியாக, நாளொன்றுக்கு 26 பக்கங்கள் படித்தேன். ஒருநாள் கூடத் தவறவில்லை. புத்தகத்தை எடுக்கும் போது... 'இன்று 26 பக்கங்கள்தான்' என்ற நினைப்பே மனத்துக்குத் தெம்பளித்தது. 26 பக்கம் - மலைப்பாய் இல்லை. இரவு எவ்வளவு நேரமானாலும் சரி, அன்றைய 'கோட்டா'வை முடித்துவிட்டுத் தான் உறக்கம் என்றாக்கிக் கொண்டேன்.

பேருந்தில், கடைகளில், முடிதிருத்தும் நிலையத்தில் காத்திருக்கையில் என எங்கும் எப்போதும் 'அர்ஜுனன் வைத்த குறியாக ஒற்றை நோக்கோடு படித்தேன், முடித்தேன்.

எத்தனை பெரிய வேலையையும் சிறு சிறு பகுதிகளாகப் பிரித்துக்கொண்டு, தொடர்ச்சியாக, விடாது செய்து வந்தால், நிச்சயம் முடித்து விடலாம்.

Elephant Technique எனப்படும் இந்த முறையை Mark Twain என்பவர் இப்படிச் சொல்கிறார்:

The best way to eat an elephant is one bite at a time.

ஒரு யானையைச் சாப்பிடுவதற்கான சிறந்த வழி, ஒரு நேரத்தில் வாய் கொள்ளுமளவு சாப்பிடுதல்.

முழு யானையையும் எப்படிச் சாப்பிடுவது என யோசித்தால் மலைப்பாய்த்தான் இருக்கும். வாய் கொள்ளுமளவு துண்டுகளாக்கிக் கொண்டுவிட்டால்... முடித்துவிட வேண்டியதுதானே! (ஓர் ஆண்டில் நாம் ஒவ்வொருவரும் சாப்பிடும் அரிசியின் அளவு எவ்வளவு தெரியுமா? இரண்டரை மூட்டை. கணக்குப் போட்டுப் பாருங்கள்).

இந்த முறையின் சூட்சுமம்:

1. எந்தப் பெரிய வேலையையும் சிறிய பகுதிகளாகப் பிரித்துக் கொள்ளுதல். 2. பிரித்துக்கொண்ட சிறிய பகுதியை, தினம் தினம் விடாது முடித்துவிடுதல். 3. மொத்த விஷயமும் முடியும்வரை கவனம், ஆர்வம் பிசகாமல் தொடர்ந்து செய்தல். 4. ஒரே நேரத்தில் ஒன்று அல்லது இரண்டு பெரிய வேலைகளை மட்டும் கையாளுதல். ஒருவர் புதிய மொழியைக் கற்றுக்கொள்ள விரும்பலாம். இது யானையைச் சாப்பிடும் வேலை போன்றதுதான். தினம் பத்து புதிய சொற்கள் அந்த மொழியில் எனத் தொடர்ந்து செய்தால்... மொழி கற்கும் ஒரு மிகப்பெரிய வேலை தொடர்ந்து நடைபெறும். ஆண்டு இறுதியில் அந்த மொழியில் 3,650 சொற்களை அவர் கற்றிருப்பார்.

இதன் பெரிய பலன், தங்கு தடையின்றி வேலை நடைபெறும். தயக்கம் விடைபெறும். மலைப்பு விலகும். சிறு துளி பெருவெள்ளமென நினைத்த செயல் கைகூடும். தினம் தினம் ஒரு பகுதி முடிய... உற்சாகம் தொற்றிக் கொள்ளும். எடுத்த காரியம் முடியும் என்ற நம்பிக்கை அதற்குத் தூபம் போட... கருங்கல் மலை சிறுகற்களாய் உடைந்து, வெற்றிப் பாதைக்குச் சாலை போடும்.

பள்ளி மாணவ-மாணவியர், நுழைவுத் தேர்வு எழுதுவோர் என எவருக்கும் இந்த முறை பயன்படும். மொத்தம் படிக்க

வேண்டியதையும், மொத்தமிருக்கும் நேரத்தையும் துல்லியமாகக் கணக்கிட வேண்டியது முதல் வேலை. பிறகு பகுதிகளாகப் பிரித்துக் கொள்ளுதல்.

நாளொன்றுக்கு இத்தனை அல்லது இவ்வளவு என முடிவு செய்யும்போது யதார்த்தமாக இருப்பது நல்லது. முடியாத அளவு, ஆர்வக்கோளாறால் முடிவு செய்துகொண்டு, தொடக்கத்திலிருந்தே, திணறி பின்பு கைவிட்டுவிட வேண்டாம்.

அதேபோல்... மிகக் குறைவாக, தன் சக்திக்குக் குறைத்து இலக்கு வைத்துக்கொள்ள வேண்டாம்.

மொத்தத் திட்டத்தையும் ஒரு பெரிய வெள்ளைத்தாள் அல்லது மாதாந்திரக் காலண்டரில் நாள் வாரியாகக் குறித்துவைத்துக் கொண்டு, முடிய, முடிய பச்சை வண்ண மையால் ‘டிக்’ செய்துகொண்டே வரலாம்.

திட்டமிட்டுச் செய்பவர் வாழ்க்கையில், நடக்கும் என்பார் - நடக்கும்!

26. காத்திருந்து... காத்திருந்து!

சென்ற வாரம் ஒரு நாள் மருத்துவரைப் பார்க்கப் போயிருந்தேன். கூட்டம். எனக்கு முன்னால் 12 நபர்கள் அவரைப் பார்க்கக் காத்திருந்தார்கள். ஒரு நோயாளியை மருத்துவர் பார்த்து அனுப்ப சராசரியாகப் பத்து நிமிடங்கள் ஆகின்றன என்பதைக் கவனித்தேன். மனது விரைந்து கணக்குப்போட்டது. மருத்துவர் என்னை அழைக்க... கிட்டத்தட்ட 120 நிமிடங்கள் - அதாவது இரண்டு மணிநேரம் ஆகலாம்.

நான் அங்கிருந்து கிளம்பி, வீட்டுக்கோ வேறு எங்கேயுமோ போய்விட்டும் வரமுடியாது. அதனால் என் வரிசையும் வாய்ப்பும் மாறி விடலாம்.

நாற்காலியில் அமர்ந்திருந்தபடி, கண்களை மெள்ளச் சுழற்றிப் பார்த்தேன்.

ஒரு சிலர் அமைதியாக இருந்தார்கள். சிலர் அடுத்தவருடன் பேசியபடி இருந்தார்கள். வேறு இருவர் அங்கு இருந்த தினசரிகளைப் படித்துக் கொண்டிருந்தார்கள். யார் போகிறார், அடுத்தது யார் என்பதை மிகக் கவனமாய்க் கவனித்தபடி ஒரு நடுத்தர வயதுக்காரர் நாற்காலி நுனியில் அமர்ந்திருந்தார்.

இவர்களை எல்லாம் 'வேடிக்கை பார்த்தே' என்னுடைய இரண்டு மணி நேரமும் கழிய வேண்டியதுதானோ?

எத்தனையோ முக்கிய விஷயங்களுக்கு 'இல்லை' என்றாகிவிட்ட 'நேரம்' இங்கு இப்படியே வீணாகிவிடுமோ! கவலையாக யிருந்தது. இதைத்தான் Forced idle time என்கிறார்கள். நம் மீது திணிக்கப்பட்ட பயனற்ற நேரம்' மருத்துவரிடம் மட்டுமல்ல... எல்லா வேலைகளிலும் பணியிடங்களிலும் பணிகளிலும் இது இருக்கத்தான் இருக்கிறது.

முடி திருத்தும் நிலையங்களில், திரையரங்குகளில், ரயில்வே, பேருந்து டிக்கெட் கௌண்டர்களில், விமான நிலையங்களில், பெரிய மனிதர்களைப் பார்க்கப் போயிருக்கையில்... என்று அவரவர் வாழ்க்கைச் சூழலுக்கு ஏற்ப எத்தனை எத்தனையோ இடங்களில் சின்னதும் பெரிதுமாய்க் காத்திருப்புகள் நம்மீது திணிக்கப்படுகின்றன. ஏன், நம் வீட்டிலேயே கூட விருந்தினர்களோ, நண்பர்களோ வருவதாகச் சொல்லி விடுவார்கள். தாமதமானால், அவர்கள் வரும்வரை, வேறு வேலை ஓடாது.

என்ன செய்வதென்று தெரியாமல், எப்போது நிகழும், எவ்வளவு நேரம் நீளும் என்பதும் தெரியாமல் விழிக்க வைக்கும் காத்திருப்புகள்! அலுவலகங்கள், தொழிற்சாலைகளும்கூட இந்த - விஷயத்தில் விதிவிலக்குகள் அல்ல. மேலதிகாரிகளைப் பார்க்க, மற்றவர்கள் வருகைக்காக, திட்டமிட்ட நிகழ்ச்சிகள் ரத்தாகிவிட, சில குறிப்பிட்ட நேரங்களில் மட்டும்தான் சில நடக்கும் என்பது (கனெக்டிங் டிரெயின் 2 மணி நேரம் கழித்துத்தான் வருவது) போன்ற காரணங்கள், நடுநடுவே வரத்தான் செய்கின்றன.

இவற்றின் விளைவு? Forced Idle time - நம்மீது திணிக்கப்பட்ட பயனற்ற நேரம்!' இக்காத்திருப்புகள் தவிர்க்க முடியாதவைதான்.

நமக்கிருக்கும் பயன்படுத்தக்கூடிய 'நல்ல' நேரத்தைக் 'கபளீகரம்' செய்யும் விரோதிகள்தான் இந்த திணிக்கப்பட்ட பயனற்ற நேரம்'.

பலரும் சுலபமாக இப்படி நேரத்தை இழப்பது பயணங்களின் போதுதான் என்று சொல்லலாம். முன்பு 1979ல், மும்பையில் பணிபுரிகையில் பார்த்திருக்கிறேன். தினம் தினம் புனேயி லிருந்தும், இன்னும் பல தொலைதூர வெளி ஊர்களிலிருந்தும் மும்பைக்கு வேலைக்கு வருகிறார்கள்.

தினம் 2 மணிநேரம் இப்படி! இரண்டு மணி நேரம் அப்படி! மொத்தம் 4 மணி நேரம்... அப்பாடி!

சென்னைக்கும்தான் வருகிறார்கள். செங்கல்பட்டிலிருந்தும்... அரக்கோணம், காஞ்சிபுரம் போன்ற ஊர்களில் இருந்தும்!

இன்னும் எத்தனையோ ஊர்களில் இருந்து வெளியூர்களுக்குத் தினம் போகிறவர்கள் இருக்கிறார்கள்.

இந்தப் பிரயாண நேரத்தைச் சிறப்பாகப் பயன்படுத்துபவர்களும் இருக்கிறார்கள்.

மும்பையில் ரயிலில் நின்றுகொண்டு (ஆடியபடி) படிப்பவர்கள் இருக்கிறார்கள். அரக்கோணத்தில் ஏறி அமர இடம் கிடைத்ததும், தன் கணக்கு நோட்டுப் புத்தகத்தைப் பிரித்து வைத்துக்கொண்டு எழுத ஆரம்பித்துவிடுபவரையும் பார்த்திருக்கிறேன். ஓடும் ஆட்டோவில் பூக்கட்டும் பெண்கள். அவ்வளவு ஏன்? பிரயாணத்தின்போது காய்கறியை நறுக்குபவர்கள்கூட இருக்கிறார்கள். பெப்ஸி நிறுவனத்தில் தொழிலக இயக்குநராக பணியாற்றிய சரத் என்பவர் தினம் தினம் அலுவலக வேனில் ஒன்றரை மணிநேரம் பயணம் முழுக்க பெரும்பாலும் செல்போனில் அலுவலகப் பணி சம்பந்தமாகப் பேசுவதில் செலவிடுவார். அன்றைக்கு எவரெவர்க்கு என்னென்ன சொல்ல வேண்டும், எவரிடம் விவரம் கேட்க வேண்டும் என்பனவற்றை முடிவு செய்து கொண்டுதான் அவர் ‘வேன்’ ஏறுவார். பயணம் முடிவதற்குள், வரிசையாக பேசி முடித்துவிடுவார்.

விமான நிலையங்களில் காத்திருக்கையில் சிலரைப் பார்த்தால் வியப்பாக இருக்கும். வருவார்கள். ‘போர்டிங் பாஸ்’

வாங்குவார்கள். நாற்காலியில் அமர்வார்கள். கர்ம சிரத்தையாய், தாம் படிக்க வேண்டிய புத்தகத்தைப் பிரித்துப் படிக்கத் தொடங்கிவிடுவார்கள். அழைப்பு வந்ததும் எழுவார்கள்; வரிசையில் நிற்கையில் மீண்டும் வாசிப்பு. விமானம் ஏறி அமர்ந்ததும், தொடர்வார்கள் - தங்கள் புத்தக வாசிப்பை!

அவர்களுக்கு ஏது நேர இழப்பு?

எனக்குப் புத்தகங்கள் படிக்க நேரமேயில்லை என்பதற்கும் கிடைக்கும் சின்ன இடைவெளிகளிலும் நான் படிக்க வேண்டியவற்றைப் படிப்பேன் என்பதற்கும் இடையேதான் எவ்வளவு வேறுபாடு!

மருத்துவரைப் பார்க்கப் போகும்போதுதான் என்றில்லை, வேறு எங்குச் சென்றாலும் இனி நான் படிக்க வேண்டியவற்றை எடுத்துச் செல்லப்போகிறேன். இதனால்... இனிமேல் காத்திருப்பு எரிச்சலூட்டாது. காத்திருக்கும் நேரம் என் விருப்பப்படி... என் தேவையை நிறைவு செய்யும் விதத்தில் கழியும்.

தினம் தினம் செய்யக்கூடிய சின்னச் சின்ன வேலைகள் அனைவருக்குமே இருக்கின்றன.

அதே சமயம் சிற சிறு நேர இடைவெளிகளும் எவருக்கும் கிடைக்கத்தான் கிடைக்கின்றன. இவை இரண்டையும் ஒன்றோடு ஒன்று பொருத்த.. நமக்கு லாபம்தானே! அதற்கு என்ன செய்யலாம்?

1. என்னென்ன வேலைகளைச் செய்து முடிக்கவேண்டும் என்று முன்கூட்டியே திட்டமிட்டுக் கொள்ள வேண்டும்.

2. செய்ய வேண்டிய வேலைகளுக்கு ஒரு பட்டியல் தயாரித்துக் கொள்ள வேண்டும்.

3. அந்த வேலைகளைச் செய்யத் தேவையானவற்றைத் தேடி, சேர்த்துத் தயாராக ஓரிடத்தில் வைத்துக் கொள்ள வேண்டும். (எழுத்தாளரா? பேப்பரும் பேனாவும் அல்லது மடிக்கணினி; வாசிப்பவரா? வாசிக்க வேண்டிய புத்தகங்கள்; தினசரி டைரி எழுதுபவரா? தன் டைரி; கடிதங்கள் எழுதி முடிக்க வேண்டுமா? கடிதங்கள்...)

4. அவற்றைச் செல்லுமிடங்களுக்கு எப்போதும் எடுத்துச் செல்ல வேண்டும் (மெடிக்கல் ரெப்ரசென்டேடிவ்ஸ் போல).

ஒரு பை அல்லது பெட்டி உதவும். பைக்கோ, காரோ, 'மொப்பெட்'டோ - எதிலும் வைத்துக் கொள்ளலாம்.

5. எங்கு, எப்போது நேரம் கிடைத்தாலும்... உடன் நம் வேலையைத் தொடங்கிவிடலாம். அதேபோல எப்போது நிறுத்தவும் தயாராக இருக்கலாம். அதுபோலவே மீண்டும் தொடரலாம்.

இப்படித் தொடர்ந்து செய்ய, திடீரென்று நமக்கு நேரம் அதிகமாகக் கிடைப்பதுபோல இருக்கும். இதுபோன்ற நேரங்களில் தூங்குவதுகூட தவறில்லை - அதனால்... அன்றைக்கு வீட்டில் தூங்கும் நேரத்தைக் குறைத்துக்கொள்ளமுடியுமானால்!

இதுபோன்ற நேரங்களில், தெளிவாகச் சிந்திக்க நம் மனத்தையும் பழக்கிவிட்டாலோ பலன் பல மடங்கு ஆகிவிடும். என்னென்ன செய்ய வேண்டும் என்ற பட்டியல் இடுவது... வருங்காலத்தைப் பற்றிய யோசனைகள் போன்றவற்றைச் செய்வது என்று எதை வேண்டுமானாலும் செய்யலாம்.

எதற்காக, எவரோ அல்லது சூழ்நிலையோ நம் 'அரிய வளமான நேரத்தை' நம்மிடமிருந்து பறிக்க அனுமதிக்கவேண்டும்? தேவையற்றவற்றைப் படிப்பதையோ, 'சும்மா' உட்கார்ந் திருப்பதையோ, அரட்டை அடிப்பதையோ 'கட்டாயத்தினால்' செய்யாமல்... நம் 'திட்டப்படி' நம் நேரம் முழுமையையும் நாம் செலவு செய்யலாமே!

இப்படிச் செய்வதால், நேர விரயம் குறைவது மட்டுமா பலன்? நம் செயல் திறனும் மனதிருப்தி அதிகரிப்பதும் நடக்குமே!

27. அவசரமானவை – முக்கியமானவை

'நிற்க நேரமும் இல்லை; செய்ய வேலையுமில்லை' என்று நன்றியுள்ள பிராணியைக் குறித்து தமிழில் அர்த்தமுள்ள பழமொழி ஒன்று உண்டு. 'நான் ரொம்ப பிஸி' என்பவர்களுக்கும் இதற்கும் பெரிய வித்தியாசம் இல்லை.

நாள் முழுவதும் ஓடிக்கொண்டே இருப்பார்கள். ஏதாவது ஒன்றில் இவர்களுடைய நேரம் போய் விடும். 'நேரமே கிடைக்கவில்லை...' என்ற காரணத்துடன் அவர்களுடைய பல முக்கிய வேலைகள் நிலுவையில் இருக்கும்.

அனைவருக்குமே 24-07-30(31)-365 என்பது இயற்கை யால் சம அளவாகவே கொடுக்கப்பட்டிருக்கிறது. அதாவது 24 மணி நேரம், வாரம் ஏழு, மாதத்துக்கு 30 (31), ஆண்டுக்கு 365 நாட்கள் என்று.

இந்தக் காலகட்டத்துக்குள், எவரும், எதை வேண்டு மானாலும் செய்யலாம் என்ற சுதந்திரமும் இருக்கிறது. எதைச் செய்தால் நல்லது... எதைச் செய்யாது விடுதல் பரவாயில்லை... எதைக் கட்டாயம் செய்யக் கூடாது என்ற முடிவுகளைச் சரியாக எடுப்பவர்கள் தங்கள் நேரத்தை உபயோகமாகப் பயன்படுத்தி வெற்றி பெறுகிறார்கள்.

நம் நேரத்தை எதில் செலவழிப்பது நல்லது? இதைத் தெரிந்து, நடைமுறைப்படுத்த, முதலில் செய்ய

வேண்டியது 'நம்முடைய தற்போதைய செயல்பாடுகள் எப்படியுள்ளன' என்று தெரிந்துகொள்வதாகும்.

கண்ணுக்குத் தெரியும் பணத்துக்குக் கணக்குப் பார்க்கும் பலர், கண்ணுக்குத் தெரியாத வளமாகிய (Resource) 'நேரச் செலவுக்குக் கணக்கு வைத்துக் கொள்வதில்லை.

காலை எழுந்தது முதல் இரவு படுக்கச் செல்லும் வரை என்னென்ன செய்கிறோம், எவ்வளவு நேரம் செய்கிறோம் என்பதற்கு இதுவரை கணக்குப் பார்த்தது உண்டா?

குறைந்தது பத்து நாட்களுக்கு, தங்கள் நேரச் செலவை ஒரு நோட்டுப் புத்தகத்திலோ கம்ப்யூட்டரிலோ (Excel) எழுதிப் பார்க்க வேண்டும். காலை ஆறு முதல் 7 மணி வரை; 7 முதல் 8 மணி வரை; 8 முதல் 9 மணி வரை என்று 24 மணி நேரத்துக்கும் பத்து நாள்களுக்கும் நேர்மையாக, மழுப்பல் இன்றி, மிகச் சரியாக (இது மிக முக்கியம்) குறிப்பு எழுதிப் பார்க்க வேண்டும்.

ஆச்சரியப்பட்டுப் போவீர்கள். எதற்கெல்லாம் எவ்வளவு நேரம் செலவாகிறது என்பது தெரியவரும். தெரியவேண்டும். அப்போது தான், அத்தகைய நேரச் செலவழிப்பால் என்ன பலன் அல்லது என்ன இழப்பு என்பது புரியும்.

நாம் தினசரி செய்யும் வேலைகளை சில வகைகளாகப் பிரிக்கலாம் என்கிறார் ஸ்டீபன் கோவே (Stephen Covey) எனும் அறிஞர்.

ஒன்று Urgent எனப்படும் அவசரமாகச் செய்து முடிக்க வேண்டிய வேலைகள். இரண்டாவது, Important எனப்படும் முக்கியமான வேலைகள்.

இந்த இரண்டுவகை மட்டும்தானா! இல்லையே! இவை தனித்தனியாக வருவதில்லையே! சேர்ந்தும் வருமல்லவா?

1. சில வேலைகள் முக்கியமானவை. அதே வேலை உடன் செய்து முடிக்க வேண்டியதாகவும் இருக்கலாம்.

   (இருதயத்தில் கோளாறு - பைபாஸ் ஆபரேஷன்). இது போன்றவை அவசரம் மற்றும் முக்கியம்.

2. வேறு சில வேலைகள் அவசரமாக செய்து முடிக்க வேண்டிய தாக இருக்கும். ஆனால் முக்கியமாக இருக்காது. (குறிப்பிட்ட தேதிக்குள் பில் கட்ட வேண்டும் என்பது போன்ற வேலைகள். கட்டும்வரை அவசரம்தான். கட்டி முடித்தபிறகு!).

3. மூன்றாவது வகை, அவசரமும் இல்லாத, முக்கியமும் இல்லாத வேலைகள் (பழைய பேப்பர்களை விற்பது, அரட்டை அடிப்பது).

4. நான்காவது வகை வேலைகள், அவசரமாக செய்யத் தேவை யில்லாத, ஆனால் நம் முன்னேற்றத்துக்கு முக்கியமானவை யாக இருக்கும். நடை, உடற்பயிற்சி நலம் விசாரித்தல், உறவு பேணல் முதலியன.

இதன் அடிப்படையில் நாம் செய்பவை, செய்ய வேண்டிய வற்றை நான்கு பிரிவுகளாகப் பிரித்துக் கொள்ளலாம். நாம் ஏற்கெனவே சொல்லியதுபோல ஒரு பத்து நாள், நேரம் செலவழிக்க (ஒவ்வொரு மணித்துளி வாரியாக) விவரம் இருந்தால், ஒவ்வொரு செயல்பாட்டுக்குப் பக்கத்திலும் குறியீடுகள் போடலாம்.

மொத்தப் பட்டியலையும் முக்கியமா, இல்லையா என்ற நோக்கில் முதலில் படித்துப் பார்த்து, ஒவ்வொரு செயல்பாட்டுக்குப் பக்கத்திலும் முக்கியம் என்றால் 'மு' என்று முக்கியம் இல்லை எனில் 'மு.இ.' என்றும் குறியிடவேண்டும்.

மொத்தப் பட்டியலையும் ஒவ்வொன்றாக இவ்வாறு குறியிட்ட பிறகு (எதையும் விடலாகாது) மீண்டும், அதே பட்டியலில் உள்ள ஒவ்வொரு செயல்பாட்டுக்கு அருகிலும் அவசரம் (அ) என்றோ , அவசரம் இல்லை (அ.இ.) என்றோ குறியிடவேண்டும்.

ஆக, ஒவ்வொரு செயல்பாட்டுக்கு அருகிலும் 'மு' அல்லது 'மு.இ.' என்று ஒரு குறியீடும், 'அ' அல்லது 'அ.இ' என்று மற்றொரு குறியீடும் (ஆக இரண்டு குறியீடுகள்) போட்டிருக்கும்.

பிறகு, இவற்றை ஊன்றிக் கவனித்தால் பல விஷயங்கள் 'பளிச்'செனப் புலப்படும்.

பெரும்பாலானவர்களின் பெரும்பாலான நேரம் எதில் செலவழிந்திருக்கும் தெரியுமா? அவசரமும், முக்கியமும் என்பதில்தான். அடுத்தபடியாக அவசரமும், முக்கியமில்லை என்பதிலும், அடுத்து (அ.இ.) (மு.இ.) என்பதிலுமாக நாளின் பொழுதுகள் போவது புரியும். அவசரமில்லை, ஆனால் முக்கியம் என்பது பெரும்பாலும் கவனிக்கப்படுவதில்லை. ஏனெனில், மேற்கூறிய மூன்றும் போக இதற்கு நேரம் மிச்சமிருப்பதேயில்லை.

சரியான திட்டமிடல் இல்லாததாலும், கேளிக்கைகள், பயனற்ற சிறு சிறு வேலைகளாலும் நேரப் பற்றாக்குறை ஏற்பட்டு, எல்லாமே 'அவசரம்' என்ற நிலைக்குத் தள்ளப்பட்டு, சிரமம் ஏற்படுகிறது. இதனால் முக்கியமான - அவசரமில்லாத' விஷயங்கள் அடிபடுகின்றன.

நேரமில்லாத காரணத்தால் அடிபடும், முக்கிய, ஆனால் அவசரமில்லாத வேலைகள் என்னென்ன என்று சிலவற்றை மட்டும் உதாரணமாகப் பார்ப்போம்.

1. நடுத்தர வயதுக்காரர்: உடற்பயிற்சி, யோகா அல்லது வேகமான நடை (Brisk Walking).

2. மாணவன்: பொது அறிவு விஷயங்கள், மொழி இலக்கணம் முதலியவை கற்பது.

3. கார் உரிமையாளர்: வெகு நாளாய் இன்ஜினில் ஏதோ ஒரு சிறு சத்தம் - ஆனால் கார் ஓடுகிறது.

4. குடும்பத் தலைவர்: உறவுக்காரர் திருமணத்துக்குச் செல்ல இயலவில்லை. விசாரிக்கப் போக வேண்டும்.

5. தந்தை: மகளின் திருமணத்துக்குப் பணம் சேர்க்க வேண்டும்.

6. குடியிருப்பவர்: மாதா மாதம் வாடகையாய்க் கொடுப்பதைத் தவிர்த்து, கடனுக்கு பிளாட் (Flat) வாங்கித் தவணை கட்டி, வீட்டுச் சொந்தக்காரராக வேண்டும்.

7. வியாபாரம் செய்பவர்: புதிய வியாபாரம் தொடங்க விவரமாகத் திட்டமிட வேண்டும்.

இன்னும் சொல்லிக்கொண்டே போகலாம்.

இவற்றில் எதுவுமே இப்போதே, இன்றே செய்து முடிக்க வேண்டிய வேலை இல்லை. ஆனால் அனைத்துமே கெடத் தொடங்கியாயிற்று. - கவனியாது, செய்யாது விட்டுவிட்டால், நாட்கள் செல்லச் செல்ல, சிறுகச் சிறுக, மெள்ள மெள்ள நிச்சயம் கெடும்.

A Stitch in time saves nine என்ற பழமொழி சொல்வது போல, நேரத்தே போடும் ஒரு தையல், பின்னாளில் போட வேண்டிய பல தையல்களில் இருந்து காப்பாற்றும்.

இந்த விஷயங்களின் குணாதிசயமே இவற்றை அவ்வப்போது செய்துவிட வேண்டும் என்பதுதான். இவற்றைச் சேர்த்து வைத்துப் பின்னாளில் அவசரமாகச் சரிசெய்ய இயலாது.

அனைவருக்குமே இதுபோன்ற முக்கிய, ஆனால் அவசரமில்லாத விஷயங்களையும் செய்ய விருப்பம்தான். ஆனால் நேரம்தான் கிடைப்பதில்லை (என்பார்கள்!).

நேரத்தை அவர்கள்தான் உருவாக்கிக்கொள்ளவேண்டும். அவசரமும் முக்கியமும் இல்லாத விஷயங்களில் மனம் லயிக்கும். போது ஓடிவிடும். அதன்பின் எல்லாம் பிரச்னை ஆகி அல்லல்படுத்தும்.

செய்வன, செய்ய வேண்டியவை கவனித்து, அவை தேவையா? அவற்றை நாம்தான் செய்ய வேண்டுமா என்பதை ஆராய்ந்து, இயன்ற அளவு மற்றவர்களுக்கும் பகிர்ந்து கொடுத்து, தேவையற்றதைத் தவிர்த்து, மற்றவற்றைத் திட்டமிட்டுச் செயல்பட்டு உயர்வோம்.

கெட ஆரம்பித்து இருப்பவற்றைத் தடுப்பது, தவறுகளைத் துவக்கத்திலேயே திருத்துவது, உடல் ஆரோக்கியம், அறிவுத் திறன் வளர்ப்பது, அனுபவங்கள் பெறுவது, உறவுகளைப் பேணுவது, சேமிப்பது, வருங்காலத்துக்குத் திட்டமிடுவது...

இவையெல்லாம் முக்கியம் (மு); ஆனால் அவசரமில்லை (அ.இ); இருப்பினும் இவற்றுக்காகத் தினம் சில மணித் துளிகள் ஒதுக்குவது அத்தியாவசியம்; புத்திசாலித்தனம்!

---

www.ingramcontent.com/pod-product-compliance
Lightning Source LLC
LaVergne TN
LVHW060115051026
849517LV00007B/2312
* 9 7 8 9 3 8 6 7 3 7 8 2 3 *